AF748475

திரைப்பாடம்

டாக்டர். **ஆர். கார்த்திகேயன்**

மருத்துவ உளவியலில் முனைவர் பட்டம், மனித வளத் துறையில் கார்ப்பரேட் பணி, பின் நிர்வாக ஆலோசகர், பயிற்சியாளர், உளவியலாளர், எழுத்தாளர், திரைப்பட ஆய்வாளர் எனப் பன்முகம் கொண்ட ஆளுமை.

வாசிப்பும் பயணமும் சந்தித்த மனிதர்களும் இவரை ருசியான பேச்சாளராக்கியது. விகடன் மற்றும் 'தி இந்து'வில் நிறைய எழுதி வருகிறார். கலைஞர் தொலைக்காட்சியில் தொடர்ந்து பேசிவருகிறார். 'வேலையைக் காதலி' மற்றும் 'நம் மக்கள் நம் சொத்து' புத்தகங்களின் ஆசிரியர்.

திரைப்பாடம்

டாக்டர் ஆர். கார்த்திகேயன்

கிழக்கு

திரைப்படம்
Thiraippadam
R. Kathikeyan ©

Kizhakku First Edition: January 2016
136 Pages
Printed in India.

ISBN 978-93-84149-61-1
Title No. Kizhakku 881

Kizhakku Pathippagam
177/103, First Floor,
Ambal's Building, Lloyds Road,
Royapettah, Chennai 600 014.
Ph: +91-44-4200-9603

Email : support@nhm.in
Website : www.nhm.in

Author's Email: gemba.karthikeyan@gmail.com

Kizhakku Pathippagam is an imprint of New Horizon Media Private Limited

This book is sold subject to the condition that it shall not, by way of trade or otherwise, be lent, resold, hired out, or otherwise circulated without the publisher's prior written consent in any form of binding or cover other than that in which it is published and without a similar condition including this the rights under copyright reserved above, no part of this publication may be reproduced, stored in or introduced into a retrieval system, or transmitted in any form or by any means (electronic, mechanical, photocopying, recording or otherwise), without the prior written permission of both the copyright owner and the above-mentioned publisher of this book.

தமிழின் முழுமையான திரைக்கலைஞன்
கமல்ஹாசனுக்கு.

திரைப்பாடங்கள்

என்னுரை

சினிமா எனக்கு தியானம். இருட்டில், பெரு வெளியில் முழு கவனக்குவிப்போடு ஒரு கதையைக் காணும் பேரனுபவம். அதை ‘பொழுது போக்கு’ என்றழைப்பது ஒரு மலிவான செயல். பல திரைப்படங்கள் உன்னதமான கலை அனுபவத்தைத் தருவதில்லை என்பது உண்மைதான். தொழில் நுட்பமும் சந்தையும் பெரிதும் நிர்ணயிக்கும் இக்கலையில் பார்வையாளனின் ரசிப்புத் தன்மையும் படைப்பாளனின் தீவிரத்தன்மையும் தான் புதிய போக்குகளைத் தீர்மானிக்கின்றன.

திரைப்படம் திரைப்பாடம் ஆகும்; காட்சி அனுபவமே கல்வி அனுபவமாக மாறும். இதை என் அனுபவத்தில் கண்டேன். திரைப்படத்தைப் பயிற்சிக் கருவியாக என் பட்டறைகளில் பயன்படுத்தியதில் அளவற்ற கற்றல் நிகழ்ந்தது.

பின்னர்தான் தெரிந்தது, ஹார்வர்ட் பல்கலைகழகம் இதைப் பயிற்றுக் கருவியாகப் பயன்படுத்தி வருகிறது என்று. சிக்கலான வாழ்வியல் கூறு ஒன்றை ஒரு காட்சி எளிதில் விளக்கிச் சொல்லிவிடும். படைப்பாளன் படைத்ததைவிடப் பார்வையாளன் தனக்காகப் படைத்துக் கொள்வது வேறுபட்டதாகவும் இருக்கலாம். இந்த

இடைவெளியில் ஒரு விமர்சனம் சில புதிய பரிமாணங்களைக் கொண்டு வர முடியும்.

புத்தகத்தை, திரும்பத் திரும்ப படிக்கும்போது ஆழ்ந்த பொருள் உணர்வதைப்போல பார்த்த திரைப்படத்தை மீண்டும் மீண்டும் பார்ப்பது பல புதிய செய்திகளை நமக்குச் சொல்லும்.

சினிமாவைப் பற்றிப் பேசினால் புனிதம் கெட்டு விடும் என்று சிலரும், நகைச்சுவைக்கும் வெகு ஜன ரசனைக்கும் தொட்டுக் கொள்ள சினிமா என்று சிலருமாய் இரு சாரார் சினிமா வழிக் கல்வியை முடக்கி வருகிறார்கள்.

திரைப்படத்தை ரசனையோடு கல்வியில் சேர்க்கும் முயற்சியில் இது முதல் படி என்று நம்புகிறேன். திரைப்பட ஆர்வலர்கள் மட்டுமின்றி அனைத்து தரப்பினரையும் இப் புத்தகம் கவரும் என்று நம்புகிறேன்.

இதை வெளியிடும் கிழக்கு பதிப்பகத்துக்கு என் நன்றிகள்.

டாக்டர். **ஆர். கார்த்திகேயன்**

LIFE IS IN THEIR HANDS- DEATH IS ON THEIR MINDS!
IT EXPLODES LIKE 12 STICKS OF DYNAMITE!
HENRY FONDA
12 ANGRY MEN
with LEE J. COBB · ED BEGLEY and E. G. MARSHALL · JACK WARDEN · Story and Screenplay by REGINALD ROSE

1

சாமானிய மனிதர்களின் தீர்ப்பு

12 ஆங்ரி மென்

ஒரே அறையில்தான் மொத்தப் படமும். 12 பேர் விவாதம் புரிந்து கொண்டேயிருக்கிறார்கள். இறுதியில் தீர்வுபெற்று எழுந்து போகிறார்கள். 1957-ல் வெளிவந்த கறுப்பு வெள்ளைப் படம். இது வரை மொத்தம் 56 முறை முழுமையாகப் பார்த்துவிட்டேன்.

சில முறை பயிற்சிக்காகத் திரையிடுகையில் 'இது என்ன ஒரு தொழில் உபாதை? இம்முறை பார்க்க வேண்டாமே..?' என்றுதான் தோன்றும். முதல் காட்சி பார்த்ததும் விறுவிறுப்பு விஷம்போல ஏறிக்கொள்ளும்.

ஸிட்னி லூமட் எடுத்த முதல் படம் இது. நாடகமாகவும் தொலைக் காட்சிப் படமாகவும் வெற்றி கண்ட கதையைத் திரைப்படமாக்க இவரைப் பணிக்கின்றனர் ரெஜினால்ட் ரோஸூம் ஹென்றி ஃபோண்டாவும். ரோஸ் எழுத்தாளர். ஃபோண்டா நடிகர். இருவரும் சேர்ந்து தயாரித்த படத்தில் ஹென்றி ஃபோண்டாதான் நாயகன்.

நாயகன் என்றால் நிஜமான ஆக்ஷன் ஹீரோ. சத்தமாகப் பேசாமல், சீறிப் பாயாமல், ரத்தம் பார்க்காமல், காதல் செய்யாமல் எப்படி ஒரு ஆக்ஷன் ஹீரோ? படம் முடிந்தவுடன் நிச்சயம் உங்களுக்கு அவர் அப்படித்தான் தோன்றுவார். அதுதான் ஸிட்னி லூமட்டின் வெற்றி. 2005-ல் வாழ் நாள் சாதனையாளர்களுக்கான ஆஸ்கர் விருது ஸிட்னி லூமட்டுக்கு அளிக்கப்பட்டது.

18 வயதுப் பையன். அவன் தந்தையைக் கொன்றதாக வழக்கு. முடிவு பெறாத வழக்கு ஜூரியின் தீர்ப்புக்கு விடப்படுகிறது. 12 பேர்கள் கொண்ட ஜூரி இது பற்றி விசாரித்து அதன் பரிந்துரையைச் சொல்ல வேண்டும்.

ஏக மனதுடன் எடுக்கப்பட வேண்டிய இந்த முடிவைக் கோர்ட் ஏற்றுக்கொண்டு அதற்கேற்பத் தீர்ப்பு வழங்கும். குற்றவாளி என்றால் மரண தண்டனை நிச்சயம். நிரபராதியா குற்றவாளியா என்று தீர்மானிக்கும் பொறுப்பு ஜூரியுனுடையது.

ஜூரியில் உள்ள 12 பேரும் சாமானியர்கள். பங்குச் சந்தை தரகர், கட்டடக் கலை நிபுணர், குப்பத்தில் வசிப்பவர், வங்கி ஊழியர், விளம்பர மேலாளர், கடிகார உற்பத்தியாளர், பேஸ்பால் ரசிகர் என முற்றிலும் வெவ்வேறு தொழில் புரிபவர்கள். இந்த வழக்கு பற்றி மாறுபட்ட கருத்துகள் கொண்டவர்கள். இவர்கள் அனைவரும் சேர்ந்து ''ஏக மனதாக'' முடிவெடுக்க வேண்டும். இந்தச் சிக்கல்தான் கதை.

வழக்கின் போக்கை முழுவதும் கவனித்த குழு முதலில் வாக்கெடுப்பு நடத்துகிறது. ''குற்றவாளி'' என்று கருதுபவர்கள் கையைத் தூக்குகிறார்கள், 12-ல் 11 பேர். நாயகன் ஃபோண்டா மட்டும் கை தூக்க வில்லை. ''அவன் நிரபராதி என்று நம்புகிறீர்களா?'' என்று கேட்ட போது, ''எனக்கும் தெரியாது. ஆனால் எதையும் சரியாக விவாதிக்காமல் ஒரு பையனுக்கு மரண தண்டனை வாங்கிக் கொடுப்பது சரியல்ல. அதனால் பேசுவோம், அதன் பிறகு முடிவெடுப்போம்!'' என்கிறார்.

அவன் குற்றம் செய்திருப்பான் என்று ஒவ்வொருவரும் தாம் நினைக்கும் காரணங்களைச் சொல்கிறார்கள். கதாநாயகன் அந்தத் தீர்மானங்களில் இருக்கும் குறைகளைச் சுட்டிக் காட்டுகிறார். ஒவ்வொருவருமே தத்தமது முன் முடிவுகள் சார்ந்தும், விருப்பு வெறுப்பு சார்ந்துமே அந்த முடிவை எடுத்திருக்கிறார்கள். பழி உணர்ச்சி, எளியோர் பற்றிய கீழான எண்ணம், அக்கறையின்மை, சார்புத்தன்மை, வறட்டுப் பிடிவாதம் எனப் பல தனி மனித பலவீனங்களே அந்தச் சிறுவன் குற்றவாளிதான் என்று தீர்மானிக்க வைத்திருந்தன. நாயகன் அவர்களிடம் கேட்கும் ஒவ்வொரு கேள்வியும் அவர்கள் மனதை மாற்றுகிறது. மெள்ள ஒவ்வொரு வருக்கும் தமது பிழையான கண்ணோட்டங்கள் தெரிகின்றன. சந்தேகத்துக்கு இடம் இல்லாத அளவு தெளிவான ஆதாரங்கள் இருந்தா லொழிய குற்றவாளி எனப் பரிந்துரைக்கக் கூடாது என்கிறது சட்டம்.

உச்சகாட்சியின் ஒரு இழை தமிழில் ''கௌரவம்'' படத்தில் எடுத்தாளப் பட்டிருக்கிறது.

இது ஏன் சிறந்த படம்?

அற்புதமான திரைக்கதை, வசனங்களின் எளிமை, பிரமிக்க வைக்கும் ஒளிப்பதிவு, கச்சிதமான நடிப்பு, நம்பத் தகுந்த அரங்க அமைப்பு, அளவான இசை என எல்லாவற்றையும் சொல்லியாக வேண்டும். ஆனால் 'நெஞ்சில் ஓர் ஆலயம்' படத்தில் வின்சன்ட் அவர்கள் 'சொன்னது நீ தானா?' பாடல் ஒளிப்பதிவில் புரிந்த ஜாலம் இந்தப் படத்தில் ஒவ்வொரு காட்சியிலும் பார்க்கலாம். ஒரே அறைக்குள் ஆர்ப்பாட்டம் இல்லாத புதிதான, ஆனால் யதார்த்தமான காட்சி அமைப்பு கூடுதல் சிறப்பு.

இதைப் பரிந்துரைக்கக் காரணம்? கதையின் கரு. அதை நேர்மையாகப் படமாக்கியிருக்கும் துணிவு. ஒரு குழு திறந்த மனதுடன் செயல்பட்டால் அது பெரும் மாற்றத்தைத் தோற்றுவிக்கும். இங்கு ஒரு உயிர் காக்கப்படுகிறது. அரசியல் கட்சிகள், ஆட்சி மன்றங்கள், மக்கள் அமைப்புகள், தொழில் அமைப்புகள் என அனைத்தும் ஜனநாயகத்தின் விழுமியம் புரிந்து செயல்பட்டால் வன்முறைக்கு ஏது இடம்?

நாயகன் என்பவன் சர்வ சக்தி படைத்தவன் அல்ல. ஒரு பிரச்னையைத் திறந்த மனதுடன் பார்க்கத் தெரிந்தவன். மற்றவர்களைப் பார்க்க வைப்பவன். அதன் மூலம் சில செயல்பாடுகளை மாற்ற வழி வகுப்பவன். நிஜமான நாயகர்களைத் திரையில் காட்டக்கூடிய துணிவு இந்தப் படத்தைப் பார்க்கையில் வருகிறது.

ஆங்கிலம் தெரியாத பல குழுக்களுடன் இந்தப் படத்தைப் பார்க்க நேர்ந்தது. மொழி அறியாமை அவர்கள் காட்சி அனுபவத்தைப் பழுது படுத்தவில்லை. இந்தப் படத்தைப் பல நிறுவனப் பாடங்களுக்கும் மனித வளப் பயிற்சிகளுக்கும் கருவியாகப் பயன்படுத்தியிருக்கிறேன். என் பல்வித முனைப்புகளை, ஆர்வங்களை ஒன்று சேர்த்த இணைப்புப் புள்ளி இந்தத் திரைப்படம்.

இந்தியில் இதைத் தொலைக்காட்சிப் படமாகப் பங்கஜ் கபூர் எடுத்திருந்தார். தமிழில் ஒரு நடிகரை மனதில் வைத்து இதற்குத் திரைக்கதை எழுதினேன். அவர் மறைவு என் கனவைக் கலைத்து விட்டது.

அந்த நடிகர் ரகுவரன்!

WILL SMITH
the PURSUIT of HAPPYNESS

2

பொருளாதார விடுதலைக்கான போராட்டம்

தி பர்ஸ்யூட் ஆஃப் ஹேப்பினெஸ்

திரைப்படங்கள் மூலம் வாழ்வியல்/ நிர்வாகப் பாடங்கள் நடத்தலாம் என்று மேனேஜ்மெண்ட் தியேட்டர் எனும் அமைப்பை நான் நிறுவிய போது என் மாணவர்கள் பரிந்துரைத்த முதல் படம் 'தி பர்ஸ்யூட் ஆஃப் ஹேப்பினெஸ்'.

வில் ஸ்மித் மற்றும் அவரது மகன் சிறுவன் ஜேடன் ஸ்மித் இருவரும் சேர்ந்து நடித்த இந்த வெற்றிப் படம் அவார்டுகளையும் வசூலையும் அள்ளியது. இது நிஜக்கதை என்பதாலும் உலகின் எந்த மூலையில் உள்ளவரும் உணர்வுபூர்வமாக நெருங்கக்கூடிய கதை என்பதாலும் இந்த வெற்றி வியப்பைத் தரவில்லை.

அப்படி என்ன கதை?

போணியாகாத மருத்துவக் கருவியைத் தூக்கிச் சுமக்கும் விற்பனைக் காரன் நாயகன். மனைவியின் சொற்ப வருமானத்தில் மகன் ப்ளே ஸ்கூலில் படிக்கிறான். தனது பொருளாதார விடுதலை, திருமணத்தையும் மகனது எதிர்காலத்தையும் காப்பாற்றும் என்று நம்புகிறான். ஆனால் கை வைத்த அனைத்திலும் தடை, தோல்வி, நஷ்டம்.

மனைவி, பிரிய மகன் ஆகியோரைப் பார்க்கும் பொறுப்பும் கூடுகிறது. ஒரு முதலீட்டு ஆலோசகருக்கான பயிற்சியில் சேர நினைக்கிறான். உதவித்தொகைகூட இல்லாத அந்தப் பயிற்சியில் மிகுந்த பாடுபட்டுச் சேர்கிறான். மகனின் கனவைச் சிதைக்காமல் இல்லாமையிலும் உற்சாகம் காட்டுகிறான். தங்குமிடம் இல்லாமல் ரயிலடி

கழிப்பறையில் மகனை மாயக்கதை சொல்லித் தூங்கவைக்கும் காட்சியைக் கண்ணீர் சிந்தாமல் காண்பது கடினம்.

ரத்த தானம் கொடுத்துப் பெற்ற பணத்தில் மகனுக்கு மிட்டாய் வாங்கித் தருவதும், இலவச முகாமில் மகனை மட்டும் தங்க வைத்து உறங்க வைத்து வெளியே வருவதும், திருடிப் போன ஆளைத் தேடி ஓடி, இருக்கும் பொருளையும் துறப்பதும், காசு இல்லாமல் டாக்ஸி டிரைவரிடம் தப்பி ஓடுவதும் என ஒவ்வொரு நெருக்கடி நிகழ்வையும் அத்தனை உயிரோட்டமாகப் படம் ஆக்கியிருப்பார் இயக்குநர் கேப்ரியல் மக்கினோ.

பல வசனங்கள் ஆழமான கவிதைகளுக்கு இணையானவை.

''அம்மா உங்களைப் பிரிய நான்தான் காரணமா?'' என்று மகன் குற்ற உணர்ச்சியுடன் கேட்க, ''அம்மா பிரிய அம்மாதான் காரணம்'' என்கிறார் தந்தை.

மற்றொன்று தந்தை மகனிடம் சொல்வது. ''க்ரிஸ், உன்னால் முடியாது என்று யார் சொன்னாலும் அதை நம்பாதே. நானே சொன்னாலும் நம்பாதே. யாருக்காகவும் உன் கனவுகளை இழக்காதே!''

ஆக்ஷன் ஹீரோவான வில் ஸ்மித்தை நாயகனாக ஆக்கியதும், அவரிடம் சோகத்தின் அதிர்வுகளுடன் உற்சாகத்தையும் நம்பிக்கையையும் இதமாக வெளிக்காட்ட வைத்ததும் இயக்குநரின் அபார வெற்றி.

கடைசியில் வெற்றி பெறும் நாயகன் அமெரிக்காவின் மிகப்பெரும் பங்குத்தரகு நிறுவனராக ஆகிறான். நிழல் நாயகன் தன் மகனுடன் நடந்து செல்கையில் நிஜ நாயகன் அவர்களைக் கடந்து செல்வதுடன் முத்தாய்ப்பாக முடிகிறது படம்.

கதை 80களின் தொடக்கத்தில் நடக்கிறது. அதை மிகத் தத்ரூபமாகக் காட்டுகின்றன கதை அமைப்பும் கலை இயக்கமும்.

யாருக்கான படம்?

தோல்வி மன நிலையில் உள்ளவர்கள் இந்தப் படம் பார்த்து வெளியே வருகையில் சிறிது நம்பிக்கை துளிர்க்கப் புன்னகைப்பார்கள். இந்தப் படத்தைப் பல முறை என் கருத்தரங்குகளில் பயன் படுத்தியிருக்கிறேன். ஒவ்வொரு முறையும் முடிவில் அப்படி ஒரு கைத்தட்டல் கிடைக்கும்.

தன்னைத் தவிர அனைவரும் மகிழ்ச்சியாக இருக்கிறார்கள் என்று நினைக்கும் ஆரம்பக் காட்சி முதல் தனக்கு வேலை கிடைத்ததாக

அறியும்போது பொங்கும் கண்ணீரை அடக்கிக் கொண்டு கூட்டத்தின் இடையே நடனமாடியே தன் மகிழ்ச்சியை வெளிக்காட்டும் உச்சக்காட்சிவரை கார்ட்னராகவே வாழ்ந்திருப்பார் வில் ஸ்மித்.

ஏழ்மை, இல்லாமை, தோல்வி இவற்றை ஜெயித்துக் காட்டும் கதைகள் பெரும்பாலும் திரையில் வெற்றிபெறும் எனும் சூத்திரம் பலருக்குத் தெரியும். இதற்குச் சமீபத்திய உதாரணம் தமிழில் வெற்றிபெற்ற 'வேலையில்லா பட்டதாரி'!

இப்படத்தைப் பரிந்துரைக்கக் காரணம் இது ஒரு உலகளாவிய கதை. பல கதைகள் கொண்ட கதை. பன்னாட்டு வியாபார விளையாட்டில் பகடைக் காயாகத் திரியும் விற்பனைக்காரன் என்று ஒரு கதை. பொருளாதாரத் தோல்வியால் நல்ல மனைவியைத் தக்கவைத்துக் கொள்ள முடியாத கணவன் என ஒரு கதை. தன் தகப்பன் போல் இல்லாமல் ஒரு பொறுப்பான தந்தையாக இருக்க வேண்டும் எனத் தன் மகனுக்கு மகிழ்ச்சியையும் நம்பிக்கையையும் ஊட்டும் அன்புத் தந்தை என ஒரு கதை. வீடு இல்லாத மனிதர்களின் வலியைச் சொல்லும் கதை எனப் பல கதைகள் இதில் செதில் செதிலாக அழகாகச் சிக்கல் இல்லாமல் அமைக்கப்பட்டிருக்கின்றன.

விறுவிறுப்பான திரைக்கதை, நகைச்சுவையும் நம்பிக்கையும் தோய்ந்த வசனங்கள், அற்புதமான பாடல்களும் இசைக் கோர்ப்பும், உயிரோட்டமான நடிப்பும் ஒரு நிஜ வாழ்க்கையை அற்புத சினிமாவாக ரசவாதம் செய்திருக்கின்றன.

சந்தோஷத்தைத் தேடிப்போகும் வாழ்க்கையில் நம்பிக்கைதான் ஆதார சக்தி. எந்த நிலையிலும் அதை இழக்காதவர்கள் தொடர்ந்து போராட உரம் பெறுகிறார்கள். வாழ்க்கையை ஜெயிக்கிறார்கள்.

இது தமிழில் செய்யத்தக்க படம். காப்புரிமை பெற்றுத் தயாரிக்கலாம். அல்லது இந்தக் கதையின் அடி நாதத்தில் நம் தமிழ் சூழலுக்கு ஏற்ற ஒரு உன்னதமான படைப்பைத் தரலாம். இங்குள்ள நடுத்தர வர்க்கப் போராட்டங்களும், கல்வி/ தொழில் சிக்கல்களும் பதிவு செய்யப்பட வேண்டியவை. அதிகச் செலவு இல்லாமல் ஓர் உலக சினிமா எடுக்கலாம்.

நாயகனாக யார் நடிக்கலாம்? என் தேர்வு பிரபு தேவா அல்லது பார்த்திபன்!

JACK BLACK
School of Rock
SPECIAL COLLECTOR'S EDITION

3

ஆரோக்கியமான ஆள்மாறாட்டம்!

ஸ்கூல் ஆஃப் ராக்

மிகச் சாதாரணமான கதையொன்றின் மூலம் ஓர் அசாதாரணத் திரைப்படத்தை உருவாக்க முடியும் என்பதற்கு 'ஸ்கூல் ஆஃப் ராக்' (School of Rock) நல்ல எடுத்துக்காட்டு. 2003-ல் வெளியாகி வெற்றி பெற்ற காமெடிப் படம். ஒரு ராக் இசைப் பாடகன் ஆள்மாறாட்டம் செய்து பள்ளிக்கூட ஆசிரியர் ஆவதுதான் கதை. ரிச்சர்ட் லிங்க்லேட்டர் இயக்கி, ஜே பிளாக் நடித்த படம் இது.

நாயகன் ராக் இசைக் குழுவொன்றில் பாடி வருகிறான். அவன் செய்யும் அசட்டுத்தனங்களும் அதீதச் சேட்டைகளும் அவன் குழுவையோ ரசிகர்களையோ பெரிதும் ஈர்க்கவில்லை. இசையுடனும் நடனத்துடனும் அப்படி ஒரு பிணைப்புடன் வாழ்கிறான். இருந்தும் அவனைக் குழுவிலிருந்து விலக்க, அவன் தன் நடு விரலைக் கோபமாகக் காட்டிவிட்டு வீரமாக வெளியேறுகிறான்.

நண்பன் ஆதரவளித்தாலும் அவனுடைய காதலி இவனை வெறுக்கிறாள். 'வாடகைப் பணம் கூடப் பகிராத இந்த வெட்டிப் பயலுக்கு ஏன் உதவுகிறாய்? அவனிடமிருந்து விலகு' என்று நண்பனை நச்சரிக்கிறாள்.

நண்பன் வாயில்லாப் பூச்சி. இந்நிலையில் நண்பனுக்கு பகுதி நேர ஆசிரியர் பணி வாய்ப்பு வருகிறது. அவசரப் பணத்தேவைக்கு நண்பன் பெயரைப் பயன்படுத்தி ஆள் மாறாட்டம் செய்து அந்தப் பள்ளியில் வேலைக்குச் சேர்கிறான். கல்வி பற்றி எந்த அக்கறையும் இல்லாத நம்

நாயகன் பள்ளியில் பொழுதைக் கழித்துவிட்டுக் கூலியை வாங்கிக் கொண்டு ஓடிவிடுவதுதான் திட்டம்.

ஆனால், அந்த மாணவர்களிடம் இசை இருப்பது தெரிந்தவுடன் எடுக்க வேண்டிய பாடத்துக்குப் பதில் ராக் இசை சொல்லித் தருகிறான். வகுப்பையே ஓர் இசைக் குழுவாக்குகிறான். அவர்களை இசைப் போட்டியில் கலந்துகொள்ளவைக்கத் தயார்ப்படுத்துகிறான். ஆனால், அந்தப் பள்ளியோ கண்டிப்புக்குப் பெயர்போனது. இளம் முதல்வர் ஒரு கண்டிப்பான பெண்மணி. பெற்றோர்களின் எதிர்பார்ப்புக்குப் பள்ளியை நடத்த மிகுந்த மன உளைச்சலுக்கு உள்ளாகிறார். நாயகன் தன் சாமர்த்தியத்தால் அவரையும் கவர்கிறான்.

இசைப் போட்டிக்குச் செல்லும்முன் குட்டு வெளிப்பட்டுப் பள்ளியை விட்டு வெளியேற நேர்கிறது. இருந்தும் மாணவர்கள் தாமாக இவர் பின் அணி வகுத்து இசைப் போட்டிக்குச் செல்ல, பிள்ளைகளைக் கடத்திவிட்டார் என்று போலீஸை அழைத்துக்கொண்டு நிகழ்ச்சிக்குச் செல்கின்றனர் பெற்றோர்களும் ஆசிரியர்களும். தன் பழைய குழுவுடன், தன் மாணவர்களைக் கொண்டு உருவாக்கிய அணியை வைத்துக்கொண்டு போட்டி போடுகிறான். இருந்தும் பரிசு பழைய குழுவுக்கே செல்கிறது. ஆனால், மாணவர்கள் இசைத்த பாடல் மக்கள் ஆதரவுடன் ''ஒன்ஸ் மோர்'' கேட்கப்பட, மீண்டும் பாடலை அரங்கேற்றித் தங்கள் திறமையை மாணவர்கள் நிலைநாட்டுகிறார்கள். தங்கள் பிள்ளைகளுக்கு இவ்வளவு திறமையா எனத் திகைத்துக் கை தட்டுகிறார்கள் பெற்றோர்கள்!

இவ்வளவுதான் படம்! ஆனால் நன்கு கட்டமைக்கப்பட்ட திரைக்கதை, இயல்பான நகைச்சுவை வசனங்கள், நிஜமான ராக் பாடல்கள் எனப் படம் ஒரு இனிமையான அனுபவமாகிறது.

நாயகனாக வரும் பிளாக் படம் முழுவதையும் அனாயாசமாகத் தன் தோளில் சுமக்கிறார். உற்சாகம், எள்ளல், கோபம், விரக்தி, அசட்டுத்தனம் என அனைத்தையும் தன் உடல் மொழியில் கச்சிதமாக வெளிப்படுத்துகிறார். இசையும் நடனமும் இவர் மூலம் அவ்வளவு நம்பத்தகுந்த அளவு படமாக்கப்பட்டுள்ளன.

ராக் இசை கலகக்காரர்களின் இசை. அமைப்பின் மீது உள்ள தங்கள் கோபத்தை, அதிருப்தியை இசையாய் நடனமாய் வெளிக்காட்டும் முயற்சி அது. சமூகம் ஒரு கட்டுக்குள் நெருக்கும்போது இது போன்ற மீறல்கள் இசை, இலக்கியம், நாடகம் என ஏதோ ஒரு வடிவத்தில் பீறிட்டு வருவதை வரலாறு தொடர்ந்து பதிவுசெய்து வருகிறது.

ராக் என்பது வெறும் இசை அல்ல என்று சொல்லி, அதன் தத்துவ, சரித்திர, உளவியல் கூறுகளைக் குழந்தைகளுக்குச் சொல்லித்தரும் இடத்தில் படம் கனம் சேர்கிறது. போதை, உடல் துர்நாற்றம், ஒழுங்கின்மை, சோம்பல், மரியாதை தராத அதீதக் கெட்ட வார்த்தைகள் கொண்ட மொழி என்று வாழும் ஒரு ராக் பாடகன் பள்ளிக்கூட ஆசிரியர் ஆகும்போது நிகழும் இரு பக்க உளவியல் மாற்றங்களும் சரியாகப் பதிவுசெய்யப்பட்டிருக்கின்றன.

கல்வி என்பது தன்னை அறியும் முயற்சி. அதற்குச் சுதந்திரமான சிந்தனை தேவை. கேள்விகள் முக்கியம். மனித உறவுகள் இங்கு பேணப்பட வேண்டும். அதை வழி நடத்தும் ஆசிரியன் பயம் அற்றவனாய், அன்பு செலுத்துபவனாய், உண்மையுள்ளவனாய் இருத்தல் அவசியம். எல்லாவற்றையும்விட ஆசிரியனும் சிறந்த மாணவனாக இருக்க வேண்டும். இவற்றைத் தன்னை அறியாமல் செய்யும் இந்தப் பட நாயகன் மாணவர்களிடம் நன்மதிப்பை, அன்பை, பின் தொடர்தலைப் பெறுகிறான்.

சமூக மதிப்பீடுகளிலும் வியாபாரங்களிலும் சிக்கித் தவிக்கும் இன்றைய கல்வி முறையை மறைமுகமாகக் கேலி செய்கிறார் இயக்குநர். நிஜம் அறிந்தும் வெளியே வரத் தவிக்கும் முதல்வராய்க் கதாநாயகி வேடமும் அத்தனை அழகு. நகைச்சுவை உணர்வும் இசை ஆர்வமும் சமூகக் கட்டுக்குள் சிக்காத சிந்தனையைப் பெற்றவர்கள் எவ்வளவு பெரிய பாக்கியவான்கள்? அப்படி ஒரு பாத்திரப் படைப்பு தான் நம் நாயகன் பாத்திரம்.

நம் சூழலுக்கு இந்தக் கதையும் படமும் பொருந்திப் போகின்றன. ராக் நம் கலாச்சாரம் இல்லை என்றாலும் அதன் இணை இசை வடிவங்கள் இங்கு உள்ளன. கல்வி முறை இங்கு குழந்தைகள் மேல் வன்முறை செலுத்தும் வண்ணம் உள்ளதால் இக்கதையை எவ்வளவு மிகைப்படுத்தி எடுத்தாலும் அது நம் இயல்பாகவே தோன்றும்.

சரி, என் கதாநாயகத் தேர்வு? யார் நடித்தாலும் சிறப்பாகவே அமையும். இருந்தும் என் சாய்ஸ் ஒரே ஒருவர் தான். நடிகர் கரண்!

CHASING DREAMS, FINDING HOPE
WINNER
Berlin International Film Festival
BEST ACTOR
THE SONG OF SPARROWS
Directed by Majid Majidi
"BEAUTIFUL... REACHES INTO YOUR HEART"
–The New York Times

4

அரிதாரம் பூசாத அன்பு

சாங் ஆஃப் ஸ்பாரோஸ்

ஒரு இரானியப் படம். பாரசீக மொழி. படம் புரியுமா என்று சந்தேகம். ஆங்கில சப்-டைட்டில்களை நம்பிப் பார்க்க ஆரம்பித்தால் அவை தேவையில்லை என முதல் காட்சியே உறுதிப்படுத்துகிறது. படம் பார்க்கையில் கண்ணீர் கசிவதைத் தடுக்க முடியவில்லை. நெருங்கிய உறவினர் ஒருவரது சோகம்போல நம்மைத் தாக்குகிறது. படம் நம்பிக்கையுடன் முடியும்போது திருப்தியாகக் கலைந்து செல்கிறோம்.

சாங் ஆஃப் ஸ்பாரோஸ். இயக்குநர் மஜித் மஜிதியின் படம். உலகம் முழுதும் திரும்பிப் பார்க்கும் உன்னத இயக்குநர் மஜித் மஜிதி. எளிய மனிதர்களின் ஈரமான வாழ்க்கையை அழகு மிளிரக் காட்சிப்படுத்தும் மாபெரும் கலைஞன்.

கதை நாயகன் கரீம் டெஹ்ரான் நகருக்கு அப்பால் ஒரு சிறிய கிராமத்தில் நெருப்புக்கோழிப் பண்ணை ஒன்றில் வேலை பார்க்கிறான். மனைவி நர்கீஸ் மற்றும் மூன்று குழந்தைகளுடன் ஓர் எளிய வீட்டில் நிறைவாக வாழ்ந்து வருகிறான். ஒரு நாள் மகளின் காது கேட்கும் கருவி தொலைந்துவிடுகிறது. குடும்பமே தேடிக் கடைசியில் கண்டுபிடிக்கப்படும்போது அது பழுதாகிவிடுகிறது. இலவச மருத்துவமனையில் மூன்று மாதங்கள் காத்திருக்கச் சொல்கிறார்கள். இல்லாவிட்டால் டெஹ்ரான்தான் போய் வாங்க வேண்டும் என்கிறார்கள்.

இதற்கிடையில் கரீம் பராமரிப்பில் இருந்த நெருப்புக் கோழி ஒன்று பண்ணையிலிருந்து தப்பி ஓடிவிடுகிறது. எவ்வளவு முயற்சி செய்தும்

பிடிக்க முடியவில்லை. இதனால் கரீமின் வேலை போய்விடுகிறது. குடும்பத்தைக் காப்பாற்றவும் மகளின் செவிக்குக் கருவி வாங்கவும் இப்போது டெஹ்ரான் செல்ல முடிவு செய்கிறான்.

டெஹ்ரானில் மோட்டார் பைக்குக்கும் ஓட்டுநர்கள் உண்டு. இரு சக்கர வண்டியில் பிரயாணிகளையும் பொருட்களையும் ஏற்றிச் செல்லும் வேலை கிடைக்கிறது. நகர வாழ்க்கை முதலில் மூர்க்கத்தனமாகவும் இயந்திரத்தனமாகவும் கரீமை எதிர்கொள்கிறது. ஆனால் அதன் தொடர் உரசலால் கரீமும் தன் இலக்குகளை மறந்து போகிறான். தூக்கி எறியப்படும் தட்டுமுட்டுச் சாமான்கள் எல்லாவற்றையும் வீட்டுக்கு வருகையில் எடுத்து வருகிறான். அவை மலை போல் குவிவதைப் பெருமையுடன் பார்த்துவருகிறான்.

ஒரு முறை அவற்றை எடுத்து வைக்கும்போது தவறி விழுந்து கரீமின் கால் உடைகிறது. வேலைக்குப் போக முடியாத நிலையில் மகன் கை கொடுக்கிறான். மகன் வாங்கி வரும் மீன் தொட்டி உடைந்ததால் அவன் அத்தனை மீன்களையும் ஓடும் தண்ணீரில் விட்டுக் காப்பாற்றுவதைப் பெருமையுடன் பார்க்கிறான். தன் வாழ்க்கைக்கான விழுமியத்தை அவன் கற்றதாய் நினைத்துப் பெருமிதம் கொள்கிறான்.

அதேநேரத்தில் தொலைந்துபோன நெருப்புக்கோழி கிடைத்து விட்டதாக முதலாளி செய்தி அனுப்புகிறார். மீண்டும் வேலை கிடைக்கிறது. திரும்பி வந்த நெருப்புக்கோழியைக் கண்ணீர் மல்கப் பார்க்கப் படம் முடிவடைகிறது!

மொழி, கலாசாரம், தொழில், உணவுப் பழக்கம் என அனைத்தும் வேறுபட்ட நிலையிலும் கரீம் குடும்பத்தை நம் பக்கத்து வீட்டுக் குடும்பமாகப் பார்க்கவைக்கிறார் மஜீத் மஜிதி. அவரின் பிரச்னைகளும் எதிர்பார்ப்புகளும் மிக மிகச் சாதாரணமானவை. அவற்றைக் கையாளும் கரீம் எந்தப் பராக்கிரமத்தையும் காட்டவில்லை. வாழ்வாதாரம் குறித்த போராட்டத்தில் பெரிய வில்லன்களும் இல்லை.

நெருப்புக்கோழி முதலாளியும் சுரண்டவில்லை. நகர வாழ்க்கையும் தீயவர் கூடாரமாகக் காட்டப்படவில்லை. அவன் வாழ்க்கையில் ஏற்படும் துன்பங்கள் நோய், தொலைந்துபோகும் மிருகம், பழுதாகும் கருவி, விபத்துகள், பொருட்கள் சேதம் இவற்றால் வருபவைதான்.

எல்லோரும் நல்லவரே என நினைக்கும் உயர்ந்த மனம் கரீமுக்கு. உண்மையில் அந்த மனம் இயக்குநர் மஜித் மஜிதிக்கு என்றுதான் சொல்ல வேண்டும். சூழ்நிலைகள்தான் துன்பங்களை ஏற்படுத்து கின்றன. அதை ஜெயிக்கும் மனிதர்கள் எதற்காகவும் தங்களது நல்ல தன்மையை விட்டுக் கொடுப்பதில்லை. காலத்தின் எல்லாச்

சோதனைகளிலிருந்தும் தங்கள் விழுமியத்தைச் சேதாரப்படுத்திக் கொள்ளாமல் மீண்டு வருகிறார்கள்.

எல்லோரையும் அன்புதான் பிணைக்கிறது. அதுதான் மறக்கவும் மன்னிக்கவும் சொல்லித்தருகிறது. அன்பு எனும் பெரும் சொத்து கொண்டவர்களுக்கு, மற்ற சொத்துகள் ஒரு பொருட்டல்ல. அதேபோல மற்ற வாழ்க்கை முறை நெருக்கடிகளையும் சுலபமாக எதிர்கொள்ளும் வலிமையையும் அது தருகிறது.

மஜித் மஜிதியின் மனிதர்கள் நமக்குப் பெரிதும் பரிச்சயமானவர்கள். நிபந்தனையற்று நிஜமான அன்பு செலுத்துபவர்கள். வார்த்தைகளில் இல்லாமல் செயலில் தங்கள் அன்பைக் காட்டுபவர்கள். பிற மனிதர்களின் வலியைப் புரிந்தவர்கள். எளிமையான வாழ்க்கையை வாழ்பவர்கள்.

இந்த அன்பு மயமான உலகை அதீதப்படுத்தாமல், அரிதாரம் பூசாமல் அப்படியே இயல்பாகக் காட்டியதால் மனதில் ஒட்டிக்கொள்கிறது படம். இதமான இசை, செறிவான ஒளிப்பதிவு, உயிர்ப்புடன் உண்மையான வசனங்கள் போன்றவை பலம் சேர்த்தாலும் படத்தை முழுதும் தன் தோளில் சுமக்கிறார் நாயகன் வேடமேற்ற ரேஜா நாஜி. பல திரைப்பட விழாக்களில் சிறந்த நடிகர் விருதையும் தட்டிச் சென்றார்.

அமெரிக்கா போன்ற நாடுகளில் ஆங்கில சப்-டைட்டில்களுடன் படம் வசூலையும் அள்ளியது.

நம் ஊரில் இல்லாத சாமானியர் கதைகளா? மிகத் திறமையான நடிகர்களும் நுட்பமான இயக்குநர்களும் தமிழில் உள்ளனர். தொழில் நுட்பத்திலும் திரை மொழியிலும் பிரமிக்கத்தகுந்த முன்னேற்றம் கண்டுள்ள தமிழ் திரையுலகம் கதைத் தேர்வுகளில் இன்னமும் கவனம் செலுத்தலாம்.

இலக்கியவாதிகளை வசனம் எழுத மட்டும் பணிக்காமல், அவர்கள் கதைகளையும் கொஞ்சம் கூர்ந்து வாசிக்கலாம்.

உலகம் நம்மைத் திரும்பிப் பார்க்க நம் மண்ணின் கதைகள் போதும்!

A SEPARATION

5

ஒரு படம் 81 விருதுகள்

எ செபரேஷன்

விவாகரத்து கோருகிறது அந்தத் தம்பதி. ''பிடிக்கலையா, குடிப்பாரா, கொடுமைப்படுத்துகிறாரா, நடத்தை சரியில்லையா?'' என்று கேட்டால் '' இல்லை..இல்லை.. ரொம்ப நல்லவர்! '' என்கிறாள் மனைவி. பின்னே எதற்கு வழக்கு?

''என் மகளுக்கு வெளிநாட்டில்தான் படிக்க வாய்ப்பு உள்ளது. அதனால் வெளிநாடு செல்லணும். இவர் தந்தையை விட்டு விட்டு வரத் தயாராக இல்லை. அவருக்கு அல்சைமர் நோய். இவர் மகன் என்றுகூட இப்போது அடையாளம் தெரியாது. நான் மகளை அழைத்துப் போகணும். அதனால் விவாகரத்து வேண்டும்''

''அப்பாவை விட முடியாது. விவாகரத்து தருகிறேன். ஆனால் மகள் என்னுடன்தான் இருக்கணும்''

''11 வயது மகள் தந்தையிடம்தான் இருக்கணும். நீயும் குடும்பத்துடன் இரு!'' என்கிறது நீதிமன்றம். கோபத்தில் உள்ளூரில் உள்ள அம்மா வீட்டுக்குப் போகிறாள் மனைவி. மகள் தந்தையுடனும் தாத்தாவுடனும் தங்குகிறாள்.

பகல் பொழுதில் வயதான தந்தையைப் பார்த்துக்கொள்ள ஒரு பணிப்பெண் அமர்த்தப்படுகிறாள். அவள் கர்ப்பம் தரித்திருக்கிறாள். தன் சிறு மகளுடன் வேலைக்கு வருகிறாள்.

ஒரு முறை வயதானவருக்குச் சிறுநீர் கழிக்க உதவி செய்ய நேர்கிறது. மதம் பற்றிப் பயந்துகொண்டே செய்கிறாள். ''அப்பாவிடம் சொல்ல

மாட்டேன்'' என்று ஆறுதல் சொல்கிறாள் அந்தச் சிறு மகள். தனக்குப் பதில் தன் கணவனை அந்தப் பணிக்கு அமர்த்த முயல்கிறாள். கடன் திருப்பிக்கொடுக்காததால் அவன் கைது செய்யப்பட்டுச் சிறையில் அடைபடுகிறான்.

இடையில் ஒரு மருத்துவ அவசரத்துக்கு அந்தப் பணிப்பெண் பெரிய வரைப் படுக்கையில் கட்டிவிட்டு வெளியே சென்று வருவதற்குள் அவர் கீழே விழுந்து அடிபடுகிறார். இதைப் பார்த்த கதாநாயகன் அவளை வேலையை விட்டு விலக்கி வீட்டை விட்டு வெளியே பிடித்துத் தள்ளுகிறான்.

மறுநாள்தான் தெரிகிறது. அவளுக்குக் கருச்சிதைவு ஏற்பட்டு மருத்துவமனையில் கிடக்கிறாள் என்று. தாய் வீட்டுக்குச் சென்ற மனைவியையும் கூட்டிக் கொண்டு அங்கு செல்கிறான். ''என் குழந்தையைக் கொன்றுவிட்டாய்!'' என அந்தப் பணிப்பெண்ணின் கணவன் சண்டை போட்டு, வழக்கும் தொடுக்கிறான். அவள் கர்ப்பிணி என்பது தெரியாது என்றும் தான் தள்ளிவிட்டதில் அவளுக்குக் கருச்சிதைவு ஏற்படவில்லை என்றும் வாதிடுகிறான் கதாநாயகன்.

அப்பா பொய் சொல்கிறார் என்று தீவிர மன உளைச்சலுக்கு ஆளாகிறாள் மகள். மனைவியும் மீண்டும் இவனையே குறை கூறுகிறாள். குற்றம் நிரூபித்தால் அங்கு 3 வருடங்கள் சிறை. நோய்வாய்ப்பட்ட அப்பாவையும் பூப்பெய்தும் நிலையில் உள்ள மகளையும் ஆதரவின்றி விட முடியாது; அதனால்தான் பொய் சொல்கிறேன் என்கிறான்.

இடையில் மனைவி தரப்பு ஜாமீன் கொடுக்கவும், பணிப்பெண் கணவனுக்கு நஷ்ட ஈடு தரவும் முன்வருகிறது. நீதிதான் வேண்டும்; பணம் வேண்டாம் என்கிறான் அவள் கணவன். பணம் வாங்கினால் தன் குழந்தைக்கு ஏதாவது நேரும் என்று அஞ்சுகிறாள் அந்தப் பணிப்பெண். பணம் தருகிறேன். ஆனால் நான் தள்ளியதால்தான் கருச்சிதைவு என்று குரான் மீது சத்தியம் செய்யக் கேட்கிறான். மறுக்கிறாள் அவள். அல்சைமர் பெரியவர் தன்னை அறியாமல் சாலையைக் கடக்கும்போது அவரைக் காப்பாற்ற ஓடி வந்து ஒரு காரில் முட்டியதுதான் பாதிப்புக்குக் காரணம். முன் பகல் சம்பவத்தை அவள் யாருக்கும் சொல்லவில்லை.

அந்த வழக்கு ரத்தாகிறது. ஆனால் மீண்டும் விவாகரத்து வழக்கு எடுக்கப்படுகிறது. ''நீ யாருடன் இருக்க ஆசைப்படுகிறாய்?'' என்று நீதிபதி மகளைத் தனிமையில் கேட்கையில். பெற்றோர் வெளியே காத்திருக்கிறார்கள். படம் முடிகிறது.

அஸ்கர் ஃபராதி இயக்கிய இரானிய படம். 2011-ல் வெளியான படம். ஒரு ஆஸ்கர் விருதுடன் மொத்தம் 81 விருதுகளை உலகத் திரைப்பட விழாக்கள் அனைத்திலும் சேர்த்து அள்ளியது இந்தப் படம்.

ஒரு அடுக்கு மாடி குடியிருப்பில் வீடு, வழக்கு நடக்கும் ஒரு அறை, ஒரு மருத்துவமனை அறை, பணிப்பெண் வீடு, பள்ளியின் சாலை முகப்பு என மிகக் குறைவான படப்பிடிப்புத் தளங்கள். இசை, நடனம், பாடல், சண்டை, நகைச்சுவைக் காட்சிகள் எதுவும் கிடையாது. தொலைக்காட்சி படம்போல எல்லாம் அண்மைக் காட்சிகள்.

வேகம் வேகமாக ஓடும் கேமரா கதை மாந்தர்களின் தவிப்பைப் பிரதிபலிக்கிறது. மொழி புரியாமல், பாத்திரங்களின் உரையாடலை மொழிபெயர்ப்பு வாக்கியங்களாகப் பார்க்கிறோம் என்பதையும் மறந்து நம்மைக் கதைக்களத்துடன் கட்டிப்போடும் வித்தைதான் படத்தின் வெற்றி.

மகளின் வாழ்க்கைக்கு அக்கறைப்படும் நாயகி, தந்தையின் கடைசிக் காலத்தில் கடமை செய்ய நினைக்கும் நாயகன், பெற்றோர்கள் இணைய விரும்பும் மகள், பொருளாதாரச் சுமைக்காக வேலைக்கு வரும் பணிப்பெண், கருச்சிதைவுக்கு நீதி கேட்கும் அவள் கணவன், 'என் அம்மா திருடலை' என்று அம்மாவுக்கு ஆதரவாக இருக்கும் பணிப்பெண்ணின் மகள், நரம்பியல் நோயால் பாதிக்கப்பட்டு இந்த நாடகத்தின் மையப் பொருளாய் நின்றும் அதை அறியாத வயதான பெரியவர் என அனைவர் வாழ்வும் துயர் மிகுந்தவை.

ஆனால் அன்பும் நேர்மையும் மிக்கவர்கள். அடுத்தவர் துயர் துடைக்கவும் தயாராக இருக்கிறார்கள். இயலாமைகள் இருந்தும் இந்த மனிதாபிமானமும் நியாய உணர்வும்தான் இவர்களை வழி நடத்துகின்றன. மனித வாழ்வின் ஒரு குறுக்கு வெட்டை இந்தப் படத்தில் காண முடிகிறது. அதனால்தான் உலகின் எந்த மொழி பேசும் மனிதனும் இந்தப் படைப்புடன் தொடர்பு கொள்ள முடிகிறது.

இந்தப் படம் ஒரு கனத்த அனுபவம். இது போன்ற எண்ணற்ற அனுபவங்கள் நம்மைச் சூழ்ந்த மனிதர்களின் கதைகளில் உள்ளன. வாழ்க்கையைப் படிக்க யத்தனிக்கும்போது நல்ல படைப்புகள் பிறக்கின்றன, இந்தத் திரைப்படத்தைப்போல!

THE LONGEST RUNNING FILM IN INDIAN CINEMA
Come... fall in love, all over again...
Celebrating
1000
1995
WEEKS OF TIMELESS ROMANCE
2014
YASH CHOPRA'S
Dilwale Dulhania
Le Jayenge
an ADITYA CHOPRA film

6

காதல் தனி மனிதப் பிரச்சினை அல்ல

தில்வாலே துல்ஹனியா லே ஜாயேங்கே

ஆயிரமாவது வாரமாகத் தொடர்ந்து ஒரே தியேட்டரில் ஓடிக்கொண்டிருக்கும் படம். நடிகர் ஷாரூக் கானை நட்சத்திரமாக மாற்றிய படம். உலகம் முழுதும் அதிகம் அறியப்பட்ட இந்தியப் படங்களில் முதன்மையானது. யாஷ் சோப்ரா தன் மகனை இயக்குநராக அறிமுகம் செய்ய எடுத்த படம். டி.டி.எல்.ஜே என்று அழைக்கப்பட்ட கல்ட் வகை (Cult Film) காதல் படம் தில்வாலே துல்ஹனியா லே ஜாயேங்கே.

முதலில் டாம் க்ரூஸ் நடிக்க இந்தியா- அமெரிக்க கலாசாரப் பின்னணியில் காதல் கதை எடுக்கத்தான் ஆதித்யா சோப்ராவுக்கு ஆசை. தந்தை கறாராக வேண்டாம் என்று சொல்லிவிட்டார். இந்திய நடிகர் நடிக்கும் இந்தியப் படம் என்பதில் தெளிவாக இருந்தார் யாஷ் சோப்ரா. பிறகுதான் இங்கிலாந்தில் தொடங்கி இந்தியாவில் நடக்கும் இந்தியர்களின் காதல் கதை என்று மாற்றினார் மகன்.

முதலில் சயிஃப் அலி கான் கதை கேட்டுவிட்டு மறுத்துவிட்டார். இரண்டாம் தேர்வுதான் ஷாரூக் கான். ஷாரூக்கூடக் கதையால் பிரமாதமாகக் கவரப்படவில்லை. அவர் நடித்து வந்த வித்தியாசமான படங்கள் அவருக்கு நல்ல பெயரைச் சம்பாதித்துத் தந்திருந்தன. மாயா மேம்சாப், தர், பாஸிகர் எல்லாம் பெயர் சொல்லும் படங்கள். இது சாதாரண மெலோடிராமா காதல் கதை. ரொம்ப யோசித்த ஷாரூக்கைச் சம்மதிக்க வைக்கிறார். படம் வெளியான பிறகு தன்னை நட்சத்திரமாக மாற்றியதற்கு ஆதித்யா சோப்ராவுக்கு நன்றி சொல்கிறார் ஷாரூக்.

கதையை விலாவாரியாக எழுதினால் அடிக்கவே வந்துவிடுவார்கள். அத்தனை முறை டி.வி.யிலேயே பார்த்திருப்பார்கள் மக்கள். இருந்தும் கடமை கருதி ரத்தினச் சுருக்கம் இதோ:

இங்கிலாந்து வாழ் பஞ்சாபிகள் கதை. சிம்ரனைத் துரத்தித் துரத்திக் காதலிக்கிறான் ராஜ். வேறு ஒருவனுடன் திருமணம் நிச்சயிக்கப்பட்ட சிம்ரனும் மனதைப் பறிகொடுக்கிறாள். ஓடிப்போகக் கூடாது என்று தீர்மானமாக அவர்கள் வீட்டில் தங்கி அவள் தகப்பனார் மனம் மாறக் காத்திருந்து அவளைக் கைபிடிக்கிறான். ஓடும் ரயிலில் மகளை ஓடிப்போய் ஏற அனுமதிக்கிறார் கடைசியாக.

கதையில் அடுத்து என்ன நடக்கப்போகிறது என்று அறிய முடிந்தால் சுவாரசியம் கெட்டுவிடும் என்பதை என்றுமே நான் நம்பியதில்லை. ''இதுதான் நடக்கும். தெரியும். எப்படி நடக்கும் என்று பார்க்கலாம்!'' என்பதில்தான் திரைக்கதையின் சூட்சுமம் உள்ளது. அதை அட்சரம் தவறாமல் பின்பற்றிய டி.டி.எல்.ஜே வெற்றி பெற்றதில் ஆச்சரியமில்லை.

இந்தப் படத்தை விமர்சிக்க நான் தேர்வு செய்த காரணம் இந்தப் படத்தில் பொதிந்துள்ள சமூக, அரசியல் காரணிகள். தொண்ணூறுகளின் ஆரம்பம் இந்தியாவின் அரசியலில் பல முக்கிய நிகழ்வுகள் நடைபெற்றன. ஜனதா தள அரசு கவிழ்ப்பு, ராஜீவ் காந்தி படுகொலை, ரத யாத்திரை, பாபர் மசூதி இடிப்பு, மைனாரிட்டி நரசிம்ம ராவ் அரசின் தாராளமயமாக்கம் மற்றும் பாரதிய ஜனதா கட்சியின் வளர்ச்சி எனப் பெரும் பட்டியல் இடலாம்.

அப்போது மதம் ஒரு பெரும் சந்தை சக்தியாகவும் வடிவெடுத்தது. இந்து, இந்தி, இந்தியா போன்றவற்றை இந்துத்துவா சக்திகள் முன்னெடுத்துச் செல்ல, சந்தை அங்குள்ள வாய்ப்புகளைத் தேடிச் சென்று லாபம் பார்த்தது. டி.வியில் மகாபாரதம் பெரும் வெற்றி பெற்று நாடு முழுவதும் எல்லா மொழிகளிலும் இந்துக்களை இணைத்தது.

தாராளமயமாக்கல் அந்நியச் சந்தைகளையும் இந்தியச் சந்தைகளையும் இணைத்தன. நம் சரக்கு வெளியூரில் விற்கவும், வெளியூர் சரக்கு நம் ஊரில் விற்கவும் வசதிகள் வந்தன. என்.ஆர்.ஐ (அதாவது வெளிநாட்டில் வாழும் இந்தியர்கள்) பற்றிய கதைத் தேர்வு ஏற்பட்டது இதனால்தான். ஆனால் அது மேற்கத்தியக் கலாசாரத்தைப் பிரதிபலித்தால் இந்தியச் சந்தையில் எடுபடாது. அதனால் பாரத கலாசாரத்தைத் தூக்கிப் பிடிக்கும் ஒரு வெளிநாட்டுக் குடும்பத்தின் கதை என்று வடிவமைத்தார்கள்.

உடைகள்தான் மேற்கத்திய உடைகள். உடல் அசைவுகளும் நடன அசைவுகளும் மேலை நாட்டைப் பிரதிபலித்தன. ஆனால் உள்ளே

உள்ளது அசலான இந்திய வாழ்வியல் கூறுகள். இதைத்தான் இந்தப் படம் முன்வைக்கிறது.

அப்பா என்றால் பயம் கலந்த மரியாதை. குடும்பம்தான் முக்கியம். ஆண்கள்தான் எல்லா முடிவுகளையும் செய்வார்கள். காதலைப் பெற்றோர்களுக்காகத் தியாகம் செய்யலாம். கல்யாணம் புனிதமானது. அந்த ஏற்பாட்டை அவ்வளவு சீக்கிரம் மீறக்கூடாது. காதல் தனி மனிதப் பிரச்னை அல்ல. அது குடும்பங்கள் மற்றும் நம் கலாசாரங்களின் பிரச்னை. இதுதான் இந்தியக் கலாசாரம்.

இது வெளிநாட்டில் உள்ள இந்தியர்களுக்கும் வெளி நாட்டுக்குச் செல்லத் துடிக்கும் இந்தியர்களுக்கும் ஆறுதலான படம். வெளிநாடு சென்ற பிள்ளைகள் இந்தியத் தன்மையை இழந்துவிட மாட்டார்கள் என்று பெற்றவர்களும் ஆசுவாசப்படுத்திக்கொள்ள உதவிய படம். இந்தக் கதையின் அடிப்படையும் போக்கும்தான் ஆதார வெற்றிக்குக் காரணம். அதன்பின் வந்த பல என்.ஆர்.ஐ படங்கள் தோல்வி அடைந்ததற்கு இந்த ஆதார விதி மீறப்பட்டதுதான் காரணம்.

படம் 20 வருடங்கள் ஓடப் பிற காரணங்கள்? ஷாரூக் கான் இந்திப் பட உலகின் சக்கரவர்த்தியானது, யாஷ் சோப்ராவின் வியாபார சாமர்த்தியம், இன்றைய நடு வயதினருக்கு இந்தப் படம், ஒரு தக்க வைக்க வேண்டிய கனவு. பகல் கனவுபோல என்றும் சிலிர்ப்புக்கு உள்ளாக்கும் காதல் படங்கள் எல்லா வயதினருக்கும் பிடிக்கும். கஜோல் முகத்தில் உள்ள வெகுளித்தனமான புன்னகையும் காதலும் அவரையும் படத்தையும் காதலிக்கப் போதுமான காரணங்கள்.

எல்லோரும் நல்லவர்கள் என்று சொல்லும் படங்களுக்குச் சர்வதேசத்திலும் ஓர் ஈர்ப்பு உண்டு. அதுவும் படத்துக்கு வலுச் சேர்த்தது. இந்தப் படக் கதையின் அடிநாதத்தை நகலெடுத்து எனக்குத் தெரிந்து இருபது இந்தியப் படங்கள் (தமிழ் உள்பட) வந்துவிட்டன. வேறு என்ன சொல்ல படம் பற்றி? போதும், இந்தக் காதல் படத்தை அதிகம் ஆராய வேண்டாம். அனுபவிப்போம்!

MEMENTO
MEMENTO
SOME MEMORIES ARE BEST FORGOTTEN.
GUY PEARCE
CARRIE-ANNE MOSS
JOE PANTOLIANO
MEMENTO

7

சிதறும் நினைவுகள்... சீறும் நாயகன்...

மெமன்டோ

பதினான்கு வருடங்கள் முன் வந்த ஒரு ஆங்கிலப் படத்தை இப்போது விவாதிக்கலாம். கிறிஸ்டோஃபர் நோலன் இயக்கிய படம் மெமன்டோ. வித்தியாசமான திரைக்கதைக்குப் பெயர்பெற்றது.

ஷார்ட் டேர்ம் மெமரி லாஸ் என்று மருத்துவ உலகினரால் அழைக்கப் படும் பிரச்னையால் தவிக்கும் கதாநாயகன் தன் காதலியைக் கொன்றவனைப் பழி தீர்க்கும் கதை. 15 நிமிடங்களுக்கு மேல் எதுவும் நினைவில் நிற்காது. எந்தத் துப்பும் இல்லை. வஞ்சம் தீர்க்கப் போகிறான் நாயகன். உடலில் பச்சை குத்திக்கொண்டும், புகைப்படம் எடுத்து வைத்தும் தன் நிகழ்கால நினைவுகள் மூலம் கடந்த காலத்தைக் கட்டமைக்கிறான். அதுவும் துண்டு துண்டாக.

''அட, இது நம்ம கஜினி!'' என்போருக்கு என் தாழ்மையான விண்ணப்பம். கஜினி பார்த்திருந்தாலும் மெமன்டோ பாருங்கள். காரணம் அந்தக் கதை படமாக்கப்பட்ட விதம் அபாரமானது. மிகச் சிறிய சோதனைப் படமாக, நட்சத்திரங்கள் இல்லாமல் வெளிவந்த படம். விருதுகள், விமர்சகர் பாராட்டு, வசூல் என ஏகமாக உலகம் முழுவதும் சக்கைப் போடு போட்டது. ஆஸ்கரைத் தவறவிட்டாலும் திரைக்கதைக்கு மட்டும் உலகமெங்கும் 13 விருதுகளை வாங்கிய படம் இது.

முதல் காட்சியில் கதையின் கடைசிப் பகுதியும், கடைசிக் காட்சியில் கதையின் முதல் பகுதியும் எனத் துண்டு துண்டாக முன்னும் பின்னும்

இணைத்துப் பின்னப்பட்ட திரைக்கதையை அத்தனை திரை ஆர்வலர்களுக்கும் சிபாரிசு செய்வேன். கறுப்பு வெள்ளை காட்சி களாகவும் வண்ணக் காட்சிகளாகவும் மாறி மாறிப் படம் பயணிக்கிறது.

கறுப்பு வெள்ளைக் காட்சிகள் 1 முதல் 22 காட்சிகள். வண்ணக் காட்சிகள் A முதல் V வரை. படக் காட்சி வரிசை 1, V, 2, U, 3, T, 4, S, ..., 22, A என்று இருக்கும்.

இத்தகைய கதை சொல்லல் முறையைப் பிறகு பலர் கையாண்டனர். இருந்தும் கிறிஸ்டோஃபர் நோலன்போல இல்லை எனச் சொல்லலாம். இவர் பிறகு இன்செப்ஷன் படத்தில் கனவுக்குள் கனவு எனும் கதையைத் திரையில் காட்டியவர்.

மெமன்டோவை ஆரத் தழுவி எடுக்கப்பட்ட கஜினி ப்ளாஷ் பேக் முறையை மட்டும் கையாண்டு எளிமையான சீரான வடிவில் எடுக்கப் பட்ட படம். சூர்யா மற்றும் அசின் இருவரின் நடிப்பும் ஆர்ப்பாட்ட மான இசையும் படத்தைத் தூக்கி நிறுத்தியது.

தமிழில் நாயகனின் பிரிவு வலியும், பழி உணர்ச்சியும் நம்மைப் பாதித்த அளவுக்கு அவன் சிந்தனைச் சிக்கல் நம்மைப் பாதிக்கவில்லை. ஆனால் மெமன்டோவில் அவன் உளச்சிக்கல் நமக்குப் புரியும். தகவலைத் தேடித் தேடி அலைந்து அதை நினைவுபடுத்தி, பின் நினைவுகளைக் கட்டுமானம் செய்யும் அவன் அவஸ்தை புரியும். காரணம் திரைக்கதை வடிவம்.

நாயகனின் பாயின்ட் ஆஃப் வியூதான் படம். அதனால் திரையில் தோன்றும் அத்தனை காட்சிகளும் அவன் மன நிகழ்வுகள். பார்வை யாளனுக்கு வரும் குழப்பங்கள் நாயகனின் குழப்பங்களே. பார்வை யாளனும் நாயகனும் ஒரே நேரத்தில் (படம் முடியும்போது) தெளிவதால் இந்தப் படம் ஒரு புதிய சிந்தனை மற்றும் உணர்வு அனுபவத்தைத் தருகிறது.

தம்பி ஜோனாத்தான் நோலன் எழுதிய சிறுகதையை அண்ணன் கிறிஸ்ட்டோஃபர் நோலனுக்குப் படித்துக் காட்ட, முன்னும் பின்னுமாக நகரும் திரைக்கதையை கிறிஸ்ட்டோஃபர் எழுத, அது நியூமார்க்கெட் ஃபிலிம்ஸ் தயாரிப்பாளருக்குப் படிக்கக் கிடைக்கிறது. ''இது போன்ற ஒரு திரைக்கதையைப் படித்ததில்லை!'' என்று சிலாகித்துத் தயாரிக்க ஆரம்பிக்கிறார்.

முதலில் பிராட் பிட் நடிக்கச் சம்மதித்து முடியாமல் போக கை பியர்ஸுக்கு அந்த வாய்ப்பு வருகிறது. 25 நாட்களில் படப்பிடிப்பு

முடிகிறது. அமைதியாய் வெளிவந்த படத்தின் ஓபனிங்கே இதை பாக்ஸ் ஆபிஸ் ஹிட் என்று உறுதி செய்கிறது.

நடிகருக்குக் கதை பண்ணாமல் நல்ல திரைக்கதைக்கு நடிகர்களைத் தேர்வு செய்யும்போது நல்ல படங்கள் எடுப்பது சுலபமாகிறது.

இதை நியோ நாய்ர் (Neo Noir) படம் என்று வகைப்படுத்துகிறார்கள். நம் ஊரிலேயே ஒரு மிகப் பிரமாதமான ''நியோ நாய்ர்'' படம் வந்து சரியாகக் கொண்டாடப்படவில்லை. அது ஆரண்ய காண்டம். படக் காட்சிகளை வித்தியாசமாக வரிசைப்படுத்தியதன் மூலம் பார்வை யாளனின் காட்சி அனுபவத்தை எப்படி மாற்றி அமைக்கலாம் என்பதற்கு மெமன்டோ சிறந்த உதாரணம். ஒரு சாதாரணப் பழி வாங்கல் கதைதான். ஆனால் அதில் அம்னீஷியா உள்ள மனிதனின் உளச்சிக்கலை மிகச் சிறப்பாகத் திரையில் காட்டியதால் கிறிஸ்டோஃபர் நோலன் படம் தனித்து நிற்கிறது.

''எல்லா நல்ல சிறுகதைகளும் எழுதப்பட்டுவிட்டன'' என்பார் சுஜாதா. அதனால் புதிதாகக்கூட எதையும் செய்ய வேண்டாம். இங்கு கதை பிரச்னையே அல்ல. ஜீவனுள்ள கதைகள் ஆயிரக்கணக்கில் உள்ளன. அவற்றில் சிலவற்றை நல்ல திரைக்கதைகள் ஆக்கினால்தான் தமிழ் சினிமாவை அடுத்த கட்டப் பாய்ச்சலுக்குத் தயார் செய்ய முடியும்!

The
SOUND OF MUSIC

8

இப்படியொரு படம் தமிழில் வருமா?

சவுண்ட் ஆஃப் மியூசிக்

என் ஐந்தாவது வகுப்பு ஆசிரியை ரமா டீச்சர், ''சவுண்ட் ஆஃப் மியூசிக் யாராவது பாத்தீங்களா? கண்டிப்பா தவறவிடாதீங்க!!'' என்று சொல்லி விட்டு போனார். வீட்டை நச்சரித்து அன்று இரவே சென்றோம். மதராஸில் புதிதாக சத்யம், சிவம், சுந்தரம் எனும் புது காம்ப்ளக்ஸ் திறந்திருந்த நேரம் (இன்றைய சத்யம் காம்ப்ளக்ஸ்தான்!). அவ்வளவு அழகான அரங்கில் ஒரு ஆங்கிலப் படம் பார்க்கும் பெருமையைச் சொல்லி மாளாது. புரியுமா என்ற சின்னத் தயக்கம் என் பத்து வயதுக்கு இருந்தது. ஆனால் வாழ் நாள் முழுதும் நெஞ்சை விட்டு நீங்கா அனுபவத்தை அந்தப் படம் தந்தது.

மறு நாள் ரமா டீச்சரிடம் படம் பார்த்ததை ஒரு பெரும் சாதனையாகச் சொன்னேன். 1975ல் ஆரம்பித்து இன்று வரை தவறாது பல சந்தர்ப்பங்களில் பார்க்கும் படம் சவுண்ட் ஆஃப் மியூசிக்.

ஒரு முழு நீள இசைச்சித்திரம். படம் நெடுகப் பாடல்கள். மிக எளிய கதை. உண்மைக் கதையைச் சார்ந்த படம். உலகம் முழுதும் மொழி தெரியாமல் யார் பார்த்தாலும் புரிந்து கொள்ளக்கூடிய குடும்ப நாடகம். முதலில் இசையாய், பின்னர் நாடகமாய், பிறகு திரைப்படமாய் வந்து பெரும் வெற்றி கண்ட படைப்பு இது.

ஐந்து ஆஸ்கர் விருதுகள் முதல் உலகின் ஏராளமான விருதுகளையும் பாராட்டையும் பெற்ற படம். கிளியோபாட்ரா எடுத்து கம்பனியை மூடும் நிலையில் இருந்த ட்வெண்டியத் சென்சுரி ஃபாக்ஸ் நிறுவனத்தைத் தூக்கி நிறுத்திய படம் சவுண்ட் ஆஃப் மியூசிக்.

இளம் துறவியான மரியா வாழ்க்கையைக் காதலிக்கிறாள். இயற்கை அழகையும் இசையையும் பெரிதும் நேசிக்கிறாள். மத அமைப்பின் கட்டுப்பாடுகளை அவளின் துடுக்குத்தனத்தாலும் கவனக்குறைவாலும் மீறுகிறாள். வேறென்ன நேரத்துக்கு பிரார்த்தனைக்கு வருவதில்லை. மலைகளின் அழகில் மயங்கி அவள் பாடும் பாட்டில்தான் படம் துவங்குகிறது. தேவாலய மணியின் ஓசைதான் அவளை நிஜ உலகுக்கு அழைத்து வருகிறது.

அவளைக் கண்டிக்கும் பொருட்டு அவளுக்கு ஒரு சிறப்புப் பணி காத்திருக்கிறது. மனைவியை இழந்த ராணுவ அதிகாரியின் ஏழு குழந்தைகளைப் பராமரிக்கும் பணி அது. தாயின்றித் தந்தையின் ராணுவக் கட்டுப்பாட்டில் வளரும் வயது வித்தியாசம் அதிகம் உள்ள பிள்ளைகள்.

அவர்களை இசையால் ஒன்று சேர்க்கிறாள். அன்பு செலுத்துகிறாள். அவர்கள் ஆதரவைப் பெறுகிறாள். இடையில் தந்தை வேறொரு ராஜ குடும்பத்தைச் சேர்ந்த பெண்ணை மணக்க அவரை அழைத்துக் கொண்டு வீடு திரும்புகிறார். முதலில் இந்த டீச்சரின் அதிகப்பிரசங் கித்தனத்தால் எரிச்சலுற்றவர் பின்னர் மனம் மாறுகிறார்.

விருந்தில் நடனமாடுகையில் இருவருக்கு இடையில் தோன்றும் நெருக்கம் மெலிதான காதலை உணர்த்துகிறது. அந்த ராஜ குடும்ப பெண்ணின் நிச்சயதார்த்தத்தை ரத்து செய்து மரியாவை மணம் புரிகிறார்.

இரண்டாம் உலகப்போர் நடைபெறும் காலம். போருக்குத் திரும்ப அழைப்பு வருகிறது. நாஜிகளின் போக்கு பிடிக்காததால் அரசின் ஆணையை மறுத்து தன் இளம் மனைவி மற்றும் ஏழு குழந்தைகளுடன் சுவிட்சர்லாந்துக்குத் தப்பிச் செல்கிறார். சுபம்.

சிறு குழந்தைகளுக்குச் சொல்லும் Fairy Tale போன்ற கதை தான். எதிர்பார்க்கும் திருப்பங்கள் தான். ஆனால் இளமையும் துடிப்புமாகப் படம் அமைய மூன்று காரணங்கள். இசை. இசை. இசை.

ரிச்சர்ட் ரோஜர்ஸின் இசையும் பாடல்களும் படத்தின் பக்க பலம். பல பாடல்களின் மூல இசையையும் பாடல்களையும் அப்படியே பயன் படுத்தியிருக்கிறார்கள். ராபர்ட் ஒயிஸ் படத்தை இயக்கித் தயாரித் திருக்கிறார்.

ஜூலி ஆன்ட்ரூஸ் மரியாவாகவே வாழ்ந்திருக்கிறார். படத்தை இவர் ஒருவராகவே சுமக்கிறார். நம்ம ஊர் த்ரிஷாவும் நயன்தாராவும் செய்யக்கூடியவர்கள். நாயகியை நம்பிப் படம் எடுப்பவர்கள்தான் வழக்கொழிந்துபோய்விட்டார்கள்.

மூன்று மணி நேர படம் நெடுகப் பாடல்கள். இசையைச் சொல்லித் தரும் ''டோ ரே மி'' பாடல் கருத்தும் படமாக்கமும் அற்புதம். மேற்கத்திய சங்கீதம் தெரியாதவர்கள்கூட ஆர்வம் கொள்ளும் அளவுக்கு இந்தப் படத்தின் இசை நம் ஆன்மாவைத் தொடும் என்பது உண்மை.

நம் பாரம்பரியமும் இசை தான். 20 பாடல்கள் இருந்த காலம் சுருங்கி இன்று இரண்டு மூன்று பாட்டோடு இளைத்துவிட்டோம். நினைத்தாலே இனிக்கும் படம் ''இது ஒரு இன்னிசை மழை'' என்றே விளம்பரப்படுத்தப்பட்டது. நினைவெல்லாம் நித்யா, காதல் ஓவியம், பயணங்கள் முடிவதில்லை எல்லாம் இன்னிசை மழைதான். பாஷை தெரியாத சங்கராபரணம் இங்கு வெள்ளி விழா கண்டது. கன்னட ப்ரேம லோகா இங்கு பருவ ராகமாய் நல்ல ஓட்டம் கண்டது.

இன்று சாஷே உலகம். குறும்படம், ஜிங்கிள் இசை என இளைத்து வருகையில் இந்தப் படத்தை மீண்டும் பார்க்கையில் 'இப்படி ஒரு படம் தமிழில் வராதா?'' என்று மனம் ஏங்குகிறது.

இந்தக் கதையைத் தழுவி சாந்தி நிலையம் ஏற்கனவே வந்துவிட்டது. ஆனால் படம் நெடுகப் பாடல்களாக உற்சாகம் கொப்பளிக்க ஒரு படம் வந்து வருஷங்கள் ஆகிவிட்டன.

என்ன செய்யவேண்டும்? இளையராஜாதான் மனசு வைக்கவேண்டும்!

FROM THE DIRECTOR OF 'ALIENS,' 'T2' AND 'TRUE LIES'
LEONARDO DICAPRIO
KATE WINSLET
TITANIC
NOTHING ON EARTH COULD COME BETWEEN THEM.
TWENTIETH CENTURY FOX PARAMOUNT PICTURES A LIGHTSTORM ENTERTAINMENT A JAMES CAMERON "TITANIC" LEONARDO DICAPRIO KATE WINSLET BILLY ZANE KATHY BATES FRANCES FISHER
BERNARD HILL JONATHAN HYDE DANNY NUCCI GLORIA STUART DAVID WARNER VICTOR GARBER BILL PAXTON JAMES HORNER DEBORAH L. SCOTT RANDY GERSTON AL GIDDINGS GRANT HILL SHARON MANN
CONRAD BUFF, A.C.E. JAMES CAMERON RICHARD A. HARRIS PETER LAMONT RUSSELL CARPENTER, A.S.C. DIGITAL DOMAIN RAE SANCHINI JAMES CAMERON JON LANDAU JAMES CAMERON

9

மூழ்கும் கப்பலில் ஒரு ரோமியோ ஜூலியட் கதை

டைட்டானிக்

"மூழ்கும் கப்பலில் ஒரு ரோமியோ ஜூலியட் கதை" என்று ஹென்றி காமரூன் தயாரிப்பு தரப்பில் சொன்னபோது அவர்களுக்கு உற்சாகம் வரவில்லை. 3 மணி நேரப் படம் என்றதும் அது வசூலைப் பாதிக்கும் என்று நினைக்கிறார்கள். மல்டி பிளக்ஸில் 2 மணி நேரப் படங்கள் அதிகக் காட்சிகள் ஓடி அதிகமாக வசூல் செய்யும் என்று கணக்கு. கார் துரத்தல்கள், அட்டகாச வில்லன்கள் எல்லாம் இல்லாத காதல் கதையை, அதுவும் ஒரு கப்பல் விபத்தை மூன்று மணி நேரங்கள் மக்கள் உட்கார்ந்து பார்ப்பார்களா என்ற சந்தேகம் வேறு. இயக்குனரின் உந்துதலில் படம் ஆரம்பிக்கப்பட்டாலும் வெளியிடுவதில் தாமதங்கள், பட்ஜட்டை மீறிய செலவு என ஒரு தோல்விப்படம் என்று கருதப்பட்டு வளர்ந்த படம் டைட்டானிக்.

ஆனால் 14 ஆஸ்கர் நாமினேஷன்கள் செய்து சிறந்த படம், சிறந்த இயக்குனர் விருதுகள் உட்பட 11 ஆஸ்கர் விருதுகள் தட்டிச் சென்றது டைட்டானிக். இதுவரை அதிகமான ஆஸ்கர்களை குவித்த பென் ஹர் படத்துடன் அதே 11 விருதுகள் பெற்று சமன் செய்கிறது டைட்டானிக். அதேபோல அந்த காலகட்டத்தில் உலகில் அதிக வசூல் என்கிற சாதனையையும் செய்கிறது. இந்த வசூலை முறியடித்த படம் ஹென்றி காமரூன் பின்னர் எடுத்து வெளிவந்த அவ்தார்!

நிஜக்கதை என்பதால் மிகப் பிரபலம். ஏற்கெனவே செய்தியாகவும் தொலைக்காட்சி தயாரிப்பாகவும் திரைப்படமாகவும் மக்களைச் சென்றடைந்த விஷயம் டைட்டானிக். உலகின் மிகப் பெரிய கப்பல்

விபத்து என்பதால் டைட்டானிக்கை யாரும் மறக்க முடியாது. ஆனால் அதை ஒரு வணிக வெற்றிக்கதையாக மாற்றிய பெருமை இயக்குனரைச் சேரும்.

நொடிந்து போய்க் கடனில் உள்ள குடும்பத்தைத் தன் மகளை ஒரு பெரிய குடும்பத்தில் கட்டி வைக்க நினைக்கிறாள் தாய். நிச்சயிக்கப் பட்டவனுடனும் தாயுடனும் வேண்டா வெறுப்பாக கப்பலில் பயணிக்கிறாள் நாயகி. ஒரு விரக்தி நிலையில் கப்பலிலிருந்து குதித்துத் தற்கொலை செய்ய முயற்சிக்கையில் நாயகனைச் சந்திக்கிறாள்.

ஒரு பரிசுச்சீட்டில் கப்பல் பயணம் வாய்க்க மூன்றாம் வகுப்பில் பயணிக்கும் காசில்லாத ஓவியன் அவன். அவளைக் காப்பாற்றுகிறான். அந்த நன்றிக்கு அவனை விருந்துக்கு அழைத்துச் சொல்கிறாள். புது மாப்பிள்ளையும் தாயும் அவன் வரவை ரசிக்கவில்லை. விருந்தும் ருசிக்கவில்லை. நிஜமான கொண்டாட்டம் காட்டுகிறேன் வா என்று அவளை மூன்றாம் வகுப்பு விருந்துக்கு அழைத்துச் சென்று அவளுடன் நடனமாடுகிறான். தன் நிலை தெரிந்து அவனைத் தள்ளி வைக்க நினைத்தும், அவன் காதலைப் புறக்கணிக்க இயலவில்லை. இருவரும் கலந்து போகிறார்கள்.

தன்னை நிர்வாணமாக ஓவியம் வரையச் சொல்லி ரசிக்கிறாள். அந்த வைர நெக்லஸ் மட்டும் அணிந்தவளை வரைகிறான். அது காலத்தை வென்ற ஓவியமாய் அனைவரும் அழிந்த பின்னும் ஜீவிக்கிறது.

கப்பல் பனிப்பாறையில் மோதி விபத்துக்கு உள்ளாகிறது. வெள்ளமும் ஓட்டமும் மரண ஓலங்களும் இறப்புகளுமாக ஒரு பலிபீடமாக மாறுகிறது டைட்டானிக். நிச்சயித்த பெண்ணை விட்டுத் தன் உயிரைக் காப்பாற்றிக் கொள்ளக் கயமையாகக் காணாமல் போன குழந்தை ஒன்றை எடுத்துக்கொண்டு முதலில் வெளியேறுகிறான் வில்லன்.

மரண பயமும் நம்பிக்கையும் மாறி மாறி வருகிறது. மீட்கப்படும்வரை உயிரோடு இருக்க வேண்டும். கிடைத்த உடைந்த சிறு பலகையில் ஒருவர் மட்டும் உட்கார முடிகிறது. அவளைப் பத்திரப்படுத்திக் கடல் நீரின் குளிரில் விரைத்து மெல்ல இறக்கிறான் காதலன். காதலி அவன் நினைவில் அவன் மனைவியாய் வாழ்கிறாள் 100 வயதுவரை. டைட்டானிக்கின் கதை அவள் ஞாபகங்களில்தான் விரிகிறது. காதல் சின்னங்களான நிர்வாண ஓவியமும் வைர நெக்லஸூம் நிலைக்கின்றன. முதுமையில் தன் இளமைப் பருவக் காதலில் திளைத்து மரணத்தைத் தழுவுகிறாள் ரோஸ். காதலன் ஜேக்குடன் தேவலோகத்தில் இணைகிறாள்.

திரைப்படம் இயக்குவதைவிடக் கடலின் அடியில் சென்று ஆராய்ச்சிகள் செய்வதுதான் அதிகம் பிடிக்கும் கேமரூனுக்கு. இந்தப்

படம் உருவாக 5 வருடங்கள் ஆராய்ச்சிகள் செய்துள்ளார். சம்பவம் நடந்த இடத்திலேயே பல காட்சிகள் படமாக்கப்பட்டன. ராட்சஸ அளவில் அரங்குகளும், மினியேச்சர் வடிவங்களும், ஏராளமான தொழில் நுட்பமும் கலந்து உருவான படம் டைட்டானிக். 1997ல் வெளிவந்த இந்தப் படம் அந்தக் காலகட்டத்தில் கிடைத்த அனைத்துத் தொழில் நுட்ப வசதிகளையும் கொண்டு தயாரானது. இருந்தும் படத்தின் வெற்றிக்குக் காரணம் காதல் தான். அந்த விபத்தில் எத்தனையோ பேர் உயிரிழந்திருக்கிறார்கள். அவர்களின் புதைந்து போன உறவுகளையும் உணர்வுகளையும் இந்த இருவரின் காதல் கதை மூலம் தொட்டுக் காட்டியிருப்பதுதான் நம்மை நெகிழ வைக்கிறது. காட்டியது ஒரு புனைவுக் காதல் கதை. இன்னும் எத்தனை எத்தனை நிஜக்காதல் கதைகள் நீரில் மூழ்கியனவோ? எத்தனை காதல்கள் கரையிலேயே செத்து மடிந்தனவோ? அவற்றையெல்லாம் நினைக்க வைத்ததுதான் டைட்டானிக்கின் வெற்றி!

பெரும் வர்த்தக வாய்ப்புகள் உள்ள ஹாலிட்டில் இதுபோன்ற படங்கள் வருவது அதிசயம் அல்ல என்று சொல்லலாம். அப்படி சிலாகித்து சொல்லும் அளவு பெரிய கதை ஒன்றும் அல்லதான். ஆனால் எல்லா நாடுகளிலும் இதைக் கண்டு நெகிழக் காரணம் இது உலகம் பேசும் ஒரே மொழி கொண்டது. காதல் மொழி.

நம் மண்ணிலும் இயற்கை சீற்றங்களும் விபத்துகளும் நிறைய நடந்துள்ளன. அதை ஆவணப்படுத்தும் படைப்புகளாக இன்னும் ஆழமான படைப்புகள் வரலாம். தர்மபுரி பஸ் எரிப்பு சம்பவத்தைப் பயந்து பயந்து சொன்ன ''கல்லூரி'' படமும், சுனாமியை சின்னதாகப் பயன்படுத்திக் கொண்ட தசாவதாரமும் சில நல்ல உதாரணங்கள். கடல் தாண்டி காதல் வலி காட்டிய மரியானும் நல்ல முயற்சி. ஆனால் இன்னமும் சொல்லாத காதல் கதைகள் நிறைய நம்மிடம் உள்ளன.

காதல் தோற்கலாம். ஆனால் காதல் கதைகள் தோற்றதில்லை.

PULP
FICT
ION.
A
TARANTINO
FILM
travolta
jackson
thurman
willis
keitel
roth
plummer
de medeiros
rhames
stoltz
arquette
walken

10

கவிதைகளாய் மாறும் குற்றங்கள்

பல்ப் ஃபிக்ஷன்

நான்கு கதைகள். முதலாளி பணித்ததால் ஒரு பெட்டியைத் தேடும் இரு கொலைகாரக் கூலிகள். விடுதியைக் கொள்ளையிட வரும் இரு காதலர்கள். குத்துச் சண்டையில் தோற்பதற்காகப் பணம் வாங்கிக் கொண்டு எதிரியை ஜெயித்து (கொன்று) பணத்துடன் உயிருக்கு பயந்து காதலியுடன் ஓடும் ஒருவன். இப்படி நான்கு கதைகள்.

உலக சினிமாவில் பெரும் தாக்கத்தை ஏற்படுத்திய 'பல்ப் ஃபிக்ஷன்' படத்தின் சாகஸத் திரைக்கதையை எழுதி, இயக்கியவர் க்வென்டின் டாரன்டினோ. கறுப்பு நகைச்சுவை, நியோ நாய்ர் வகை என்றெல்லாம் விமர்சகர்களால் கொண்டாடப்பட்ட படம். சிறந்த திரைக்கதைக்கான ஆஸ்கர் விருதை வென்று, விருதுகள், வசூல் என எல்லா ஏரியாவிலும் சொல்லி அடித்த கில்லி இது.

தமிழில் 'ஆரண்ய காண்டம்', 'ஜிகிர்தண்டா' படங்கள் டாரன்டினோ தாக்கத்தினால் ரசிகர்களுக்கு கிடைத்த பரிசுகள். 1994-ல் வெளிவந்த இப்படம் இன்றும் பார்ப்பதற்குப் புதிதாக இருக்கிறது. பார்வையாளனை வசீகரம் செய்ய எந்தத் தகிடுதத்தமும் செய்ய வேண்டாம். நன்றாகக் கதை சொன்னால் போதும் என்கிற எண்ணம்தான் மேலிடுகிறது.

கதைக்களன் புதிதல்ல. குற்றம் புரியும் மனிதர்கள். விளிம்பு வாழ்க்கை. இருட்டு உலகம். அதன் மாயக் கவர்ச்சி. அடுத்து என்ன நடக்கும் என யூகிக்க முடியாத அவர்களின் வாழ்க்கையும் அதன் கதைப்

புனைவுகளும் பார்வையாளனுக்கு ஒரு கிளர்ச்சி நிலையை ஏற்படுத்தி அதைப் படம் முழுதும் தக்கவைக்கிறது.

நடப்பவை அனைத்தும் அதீதங்கள். ஆனால் அனைத்தும் இயல்பாக நடக்கின்றன. அதன் இயல்பும் சாதாரணத் தன்மையும் நம்மைப் புரட்டிப் போடுகின்றன. ஒரு இசைக் கலைஞன் வாசிப்பது போல, ஒரு விற்பனைக்காரன் பண்டம் விற்பதுபோல அனைவரும் தேர்ச்சியாகக் குற்றம் புரிகிறார்கள்.

நமக்கோ இந்தத் திரைப்படம் ஒரு அனுபவமாக மாறுகிறது. இந்த அனுபவத்துக்கு வலுச் சேர்ப்பவை அற்புதமான திரைக்கதை, படத்தொகுப்பு, இசை, ஒளி அமைப்பு, அளவான நடிப்பு.

படத்தின் முக்கியப் பெண் பாத்திரம் உமா துர்மன். படத்துக்குக் கதாநாயகன், நாயகி என்று யாரும் கிடையாது. உமா துர்மன் பாத்திரம் தாதாவின் இளம் மனைவி பாத்திரம். கணவனின் கையாளுடன் பார்ட்டிக்குப் போய் ஆடி வந்து, அவன் வைத்திருந்த ஹெராயின் பொட்டலத்தை உறிஞ்சி நுரை தள்ளி சாவைக் கிட்டத்தட்ட தொடும் கட்டம் அற்புதமான படமாக்கம்.

தன்னைத் தாக்க வரும் தாதா ஒரு ஓரின வன்புணர்வில் சிக்கிக்கொள்ள, அவனை மீட்கையில் அவர்கள் உறவுகள் மாறிப்போகின்றன. தத்துவ விசாரமும் கடவுள் தேடலும் கொண்ட அடியாள் பைபிள் வாசகம் சொல்லிக் கொல்வதும், கடைசியில் அதே வாசகத்தின் பொருளை உணர்ந்து பணம் பறிக்க வரும் காதலர்களை மன்னித்து அனுப்புதலும் கவித்துவம். தன் கடைசிக் கடமையையும் செவ்வனே செய்து முடித்த பின் குற்ற வாழ்க்கையிலிருந்து மீள்தல் அவனை ஒரு கர்ம யோகியாகக் காட்டுகிறது. அவரவர் தேர்வுகளுக்கும் எண்ணங்களுக்கும் ஏற்ப அவரவர் கதைகள் முடிகின்றன.

படத்தில் அனைவரும் பச்சை பச்சையாகக் கெட்ட வார்த்தை பேசுகிறார்கள். ஆனால் அவர்கள் வாழ்வியல் சூழலுக்குப் பொருந்தி வருவதால் அது உறுத்தவில்லை. அதே போலக் குழந்தைகள் பார்க்கக்கூடாத வன்முறை, வன்புணர்ச்சி காட்சிகள் உள்ளன. குற்ற வாழ்க்கையை இயல்பாகச் சித்தரிக்கும் கதைப் போக்கு நிச்சயம் இளம் மனங்களில் வாழ்க்கை மீறல்களை சகஜப்படுத்தும். அதனால் நிச்சயம் இது வயது வந்தவர்கள் மட்டும் பார்க்க வேண்டிய படம். இது ஒரு சிறு சாராரின் உப கலாசாரம். அது அழகாகவும் மிக நியாயமாகவும் படமாக்கப்பட்டிருக்கிறது. அதன் அடையாளம்தான் இந்தப் படத்தின் வெற்றி.

11

தமிழில் அரசியல் திரைப்படம் சாத்தியமா?

முகாமுகம்

சத்யஜித் ராய்க்கு அடுத்து இந்திய சினிமாவை உலகமே திரும்பிப் பார்க்க வைத்தவர். இவரின் எலிப்பத்தாயம் மிகவும் பேசப்படுகிற படம். எனக்கு அடூரின் இந்தப் படத்தை (முகாமுகம்) 1990ல் ஒரு திரைப்பட விழாவில் காண வாய்த்தது. ஈகா தியேட்டரில் மொத்தம் 10 பேர் இருந்திருப்போம் (அதில் மூன்று காதல் ஜோடிகள்!). மிக மெதுவாக நகர்ந்த இந்தப் படத்தைக் காலி இருக்கைகள் நடுவே உட்கார்ந்து தனியாகப் பார்த்தது மிகவும் பாரமாக இருந்தது. மனம் கனமானதன் காரணம் புரிய வருடங்கள் பிடித்தன.

தூர்தர்ஷன் தயவால் மற்ற பிராந்திய மொழிப் படங்களை ஆங்கில சப் டைட்டில்களுடன் பார்க்கும் பழக்கும் எனக்கு இருந்தது. மிருணாள் சென், புட்டண்ணா கனகல், அரவிந்தன், ஷியாம் பெனகல், கோவிந்த் நிஹ்லானி, மணி கவுல், ரித்விக் கடக், நரசிங்க் ராவ், கிரீஷ் காசரவல்லி, கேத்தன் பரேக், புத்தாதேப் தாஸ்குப்தா எல்லாம் அறிமுகமானது தூர்தர்ஷனால்தான். கலைப்படங்கள் என சொல்லப்பட்ட படங்களைப் பார்க்கும் பழக்கம் இருந்ததால் முகாமுகம் எனக்கு களைப்பைத் தரவில்லை. ஆனால் கதா நாயகனின் மன ஆளுமையின் பிரதிபலிப்பாக பார்வையாளனான எனக்கு அந்தக் கனமான வெறுமை ஏற்பட்டது எனப் பின்னர் நினைத்துக் கொண்டேன்.

கேரள அரசியலின் ஒரு முக்கிய கால கட்டத்தைப் பதிவு செய்த படம் முகாமுகம்.

ஐம்பதுகளில் ஒன்றுபட்டிருந்தது கம்யூனிஸ்ட் கட்சி. அதன் உள்ளூர் தலைவராகவும், தொழிற்சங்கவாதியுமான ஸ்ரீதரனுக்கும் ஓட்டுத்

தொழிற்சாலை முதலாளிக்கும் சண்டை. முதலாளி கொலை செய்யப் பட பழி ஸ்ரீதரன் மேல் விழுகிறது. தலைமறைவாகிறான் அவன். காலம் கடந்தும் திரும்பாததால் எல்லோரும் அவன் இறந்ததாகக் கருதுகின்றனர். கட்சி அவனுக்கு சிலை வைக்கிறது. மெல்ல அவனை எல்லோரும் மறந்து போகிறார்கள்.

10 வருடங்கள் கழித்துத் திரும்பி வருகிறான் ஸ்ரீதரன். இந்த இடைக் காலத்தில் கம்யூனிஸ்ட் கட்சி இரண்டாக பிளவுபட்டிருந்தது. மார்க்சிஸ்டுகள் ஆட்சியையும் பிடித்திருந்தார்கள். அவனுடன் பணியாற்றியவர்கள் பெரிய தலைவர்கள் ஆகியிருந்தார்கள். முதலில் மிரட்சியுடன் அவனைப் பார்க்கும் அவன் குடும்பமும் ஊரும், பின்னர் அவனைக் கேள்விக்குறியுடன் பார்க்கின்றன. சதா குடித்தும் தூங்கியும் கழிக்கும் ஸ்ரீதரன் எதுவும் பேசுவதில்லை. ஒரு பெரும் கதா நாயகனாக அவனைப் பார்த்திருந்த மக்கள் அவனை வைத்து என்ன செய்ய என்று தெரியாமல் யோசிக்கின்றனர். வந்து பார்க்கும் கூட்டமும் குறைகிறது. கட்சி பிரமுகர்களும் அவன் வரவை ரசிக்கவில்லை. கடைசியில் ஸ்ரீதரன் மர்மமான முறையில் கொலை செய்யப்படுகிறான். கட்சி அவனைத் தியாகி எனக் கொண்டாடிக் கோலாகலமாக வழி அனுப்புகிறது.

அரசியல் நீரோட்டத்தில் கம்யூனிஸ்ட் கட்சிகளின் செயல்பாடுகள் நீர்த்துப் போவதையும், கொள்கை வீரர்களான இளைஞர்கள் எப்படி சுய நலமான தலைவர்களாக உருமாறுகிறார்கள் என்றும், மக்களின் ஆதர்ஷ நாயகன்கூட அவர்கள் தேவைக்குப் பயன்படாதபோது எப்படித் தூக்கி எறியப்படுகிறான் என்றும் பல இழைகளில் காட்சி அனுபவமாக ஒரு பெரும் அரசியல் படமாக இதைப் படைத்திருக்கிறார் அடூர் கோபால கிருஷ்ணன்.

மிக மிகச் சொற்ப வசனங்கள், யதார்த்த நடிப்பு, அளவான இசை, உள்ளதை உள்ளபடி மட்டும் உணர்த்தும் காட்சிகள், கூர்மையான விமர்சனத்தைக்கூட உரக்கச் சொல்லாமல் காட்சியாகக் காட்டும் உத்தி என இந்தப் படம் என் சினிமா பார்த்தலில் ஒரு கற்றல் அனுபவத்தைத் தந்தது. அடூர் கோபாலகிருஷ்ணனை ஏன் உலகம் தலையில் வைத்துக் கொண்டாடுகிறது எனப் புரிந்து கொண்டேன்.

இந்தப் படத்துக்கு அந்த வருடத்துக்கான தேசிய விருது கிடைத்தது. ‘‘சிறந்த திரைக்கதை’’ விருது.

கங்காதரன் நாயர் அவ்வளவு அறியப்படாத நடிகர். அவர்தான் நாயகன் வேடமேற்று வாழ்ந்திருந்தார். கவியூர் பொன்னம்மாவின் தேர்ந்த நடிப்பு நல்ல இணை. திலகனும் அசோகனும் வெகு ஜனப் படங்களில்

சோபித்தற்கு இது போன்ற படங்களின் அனுபவம் நிச்சயம் கை கொடுத்திருக்கும்.

மனித மனதின் விசித்திரங்களையும், சமூக மனதின் செயல்பாடு களையும், இரண்டிலும் உள்ள அரசியலையும் இந்தப் படம் பேசுகிறது.

இதை ஒரு political commentary என்றும் சொல்லலாம்.

தன்னை சுய ஆய்வுக்கு உட்கொள்ளாத சமூகம் சீர் கெடும். இந்தப் படத்தைப் பற்றி யோசிக்கையில் தற்காலத் தமிழ் சமூகத்தை ஒப்பிடாமல் இருக்க முடியவில்லை. தமிழ் சூழலில் இதைவிடச் சத்தான சமூக, அரசியல் நிகழ்வுகள் உண்டு. ஆனால் எடுக்கும் சூழல் இல்லை.

அரசியல் செய்திகளையும் நிலைப்பாடுகளையும் தந்திரமாகச் சொல்லும் படங்கள் தப்பித்து விடுகின்றன. ஆனால் வெளிப்படையாகத் தத்துவார்த்தமான விமர்சனத்தை எதிர்கொள்ளும் நிலையில் தமிழர்கள் இல்லை. அல்லது தமிழக அரசியல்வாதிகள் அதை அனுமதிப்பதில்லை.

காங்கிரஸ், கம்யூனிஸ்டுகள், திராவிடக் கட்சிகள் எனத் தத்துவார்த்த மாகப் பிரிந்து செயல்பட்ட கட்சிகள் மற்றும் அதைச் சார்ந்த மனிதர் களிடம் இங்கு முக்கால் நூற்றாண்டு கதைகள் உள்ளன. இன்று பெருகி வரும் இந்துத்துவா, தனித்தமிழர் அமைப்புகள், ஜாதிக்கட்சிகள் கதைகளுக்கும் பஞ்சமில்லை. அதைச் செவ்வனே சொல்லத் தக்க படைப்பாளிகளும் இங்கு உள்ளனர். சந்தேகமேயில்லை.

ஆனால் எடுத்துவிட்டுப் படத்தை வெளியிட முடியாது. இப்படிப்பட்ட அரசியல் சூழ்நிலையில்தான் நாம் வாழ்கிறோம் என்பதே ஓர் அரசியல் கதைக்கான களமாக எனக்குத் தெரிகிறது!

PARAMOUNT PICTURES PRESENTS

The Godfather

12

மறக்க முடியாத கதாபாத்திரம்

காட்ஃபாதர்

பாலுமகேந்திரா கதை நேரத்தில் சில சிறுகதைகளை உன்னதமான குறும்படங்களாக எடுத்துக் காட்டியும் இன்னமும் நம் இயக்குநர்கள் சுஜாதாவின் கதைகளுக்குத் திரைவடிவம் தராதது பெரும் சோகம். ஆனால் சுஜாதாவின் கதைக் கருக்களும் காட்சிகளும் வசனங்களும் திரையில் பயன்படுத்தப்பட்டிருக்கின்றன. சில சிறுகதைகளை அற்புத சினிமாவாக்கிய பெருமை மகேந்திரனைச் சேரும். அதேபோல காட்ஃபாதர் நாவலையும் படத்தையும் ஜீவன் குறையாமல் தமிழில் வடித்த பெருமை மணி ரத்னத்தையும் அவரது படக் குழுவையுமே சாரும்.

காட்ஃபாதர் நாவல் படித்த பின் அந்தப் படம் பார்க்கத் தயக்கமாகவே இருந்தது. ஒரு நெடுங்கதை திரைப்படம் ஆகும்போது அதன் ஜீவன் கெட்டு உருத்தெரியாமல் போவதற்கு நிறைய வாய்ப்புகள் உள்ளன. எனினும் பலரும் தந்த உற்சாகத்தில் பத்து வருடங்கள் கழித்துப் பார்த்தேன். மரியோ பூஸோவின் இருட்டு உலகத்தை எப்படி சினிமாவாக எடுப்பார்கள்? நான் மனதில் கட்டமைத்த மனிதர்களை எப்படி நடமாடவிடுவார்கள்? ரத்தம் சில்லிடும் நிகழ்வுகளை எப்படி அதே உணர்வுடன் திரையில் காட்டுவார்கள்?

காட்டியிருந்தார் கப்போலா. ஏழு பரிந்துரைகள், மூன்று விருதுகள் (சிறந்த படம், சிறந்த நடிகர், சிறந்த திரைக்கதை) என ஆஸ்கரை ஆக்கிரமித்தது முதல் பாகம். காட்ஃபாதர்- 2 மற்றும் 3 என ஹாட்ரிக் அடித்த படம் இன்றும் உலகம் முழுதும் கொண்டாடப்படும் படைப்பு.

திரைக்கதையை மரியா பூஸோவும் கப்போலாவும் சேர்ந்து எழுதியது தான் நாவலைத் திரைப்படமாக்கும் ரசவாதத்தை எளிமைப்படுத்தியது என்று நினைத்துக்கொண்டேன்.

காவியக் கதாபாத்திரம்

நியூயார்க்கின் மாஃபியா குடும்பம் பற்றிய கதை. ஒரு கார்ப்பரேட் நிர்வாகம்போல அதன் செயல்பாடுகள், சிக்கல்கள், துரோகங்கள், மாற்றங்கள் என இயல்பான தொனியில் செல்லும் ஆக்ஷன் படம். மார்லன் பிராண்டோ இதன் முதல் கதாநாயகத் தேர்வு அல்ல. சொல்லப் போனால் இந்தக் கதையையே பெரிதாக இஷ்டப்பட்டு ஆரம்பிக்க வில்லை கப்போலா.

நடிகர்களைத் தேர்வுசெய்து பார்த்தபோது பிராண்டோ திருப்திகரமாக இருந்தார். அவர் வார்த்தைகளை மென்றுகொண்டே பேசும் பாங்கும், பாத்திரத்தை உள்வாங்கி அவர் செய்த 'அண்டர்பிளே' நடிப்பும், அவர் தோன்றும் எல்லாக் காட்சிகளிலும் செய்யப்பட்டிருந்த ஒளி அமைப்பும் அந்தப் பாத்திரத்தைக் காவியத் தன்மை பெறச் செய்துவிட்டன.

காட்ஃபாதர் லைட்டிங் என்று சொல்லும் அளவுக்குப் புதிதாகத் தெரிந்த ஒளி அமைப்பில் (ஒளிப்பதிவு: கார்டன் வில்லிஸ்) நாயகன் கண்களுக்கு வெளிச்சமே படாது. அவன் உள் நோக்கங்கள் எதிராளிக்குப் புரியாததன் குறியீடாய் அது அமைந்திருக்கும்.

பேசாமல் பேசும் காட்சிகள்

பேரம் பேசும்போது நம் உடல் மொழி மட்டுமல்ல, நம் உடன் இருப்போர் உடல் மொழியும் நம் எண்ணங்களை உணர்த்தும். டான் போதை மருந்துக் கும்பலுடன் பேசுகையில் மூத்த மகனின் உடல் மொழி நிலைகொள்ளாமையை வெளிப்படுத்தும். அதுதான் பின்னர் குடும்பத்தில், தொழிலில் பெரும் பின்னடைவுகளைச் சந்திக்க வைக்கிறது. டான் உயிருக்கு ஆபத்து வருகிறது. கப்பல் படையிலிருந்து வரும் இளைய மகனின் திட்டங்களை மாற்றி அமைக்கிறது. மைக்கேல்

(அல் பசினோ) விடுதியில் பழி வாங்கும் படலம் அபாரமான ஆக்ஷன் சீன். பேசிக்கொண்டிருக்கையில் இடையில் பாத்ரூம் சென்று, அங்கு பதித்த கைத்துப்பாக்கியை எடுத்து வந்து சரமாரியாகச் சுடும் காட்சி, பின்னர் பல இயக்குநர்களால் சுடப்பட்ட காட்சி!

அதேபோல் தன் அதிகாரத்தை உணர்த்த, அந்தத் திரைப்படத் தயாரிப்பாளர் போர்வைக்குள் அவர் பெரிதும் நேசிக்கும் குதிரையின் தலையை வெட்டி வைக்கும் காட்சியைக் கூறலாம்.

டான் என்கிற பாத்திரப் படைப்பு உலக சினிமாவைப் பெரிதும் பாதித்தது என்பது உண்மையே. எலியாஹூ கோல்ட்ராட் எனும் நிர்வாக மேதை பேரத்தில் தன் நிலையை வைத்து எதிராளியைப் பணியவைக்கும் முறைக்கு 'Mafia Deal' என்று பெயரிட்டது திரைப்படம் தாண்டி இந்தப் படத்தின் வீச்சை நமக்குப் புரியவைக்கிறது.

நாயகன் படம் காட்ஃபாதர் படத்தின் நகலா என்றால் ஆமாம், இல்லை என இரு பதில்கள் சொல்லலாம். ஆனால் காட்ஃபாதர் கதையை வேறு களத்தில் அதே திரைக்கதை வடிவத்தில் மிக அழகாக, சாமர்த்தியமாக வடிவமைக்கப்பட்ட தமிழ்ப் படம் இன்னொன்று உண்டு தெரியுமா?

பெரிசுதான் ஊர்கட்டு. மூத்த மகன் லாயக்கில்லை. காதலியுடன் ஊருக்கு வரும் இளைய மகன், தந்தை தொழிலில் ஆர்வம் இல்லை, கல்யாணம் செய்து வெளியே செல்லத் திட்டம், குடும்பப் பகையும் ஊர் அரசியலும் அப்பாவைக் காவு வாங்குகிறது, இளைய மகன் வேறு வழி இல்லாமல் தந்தை ஸ்தானத்தில் அமர்கிறான், பகைக் கணக்கைத் தீர்க்கிறான்.

ஆமாம், தேவர் மகன்தான். காட்ஃபாதர் மிகச் செறிவான படைப்பு. கப்போலாவின் கை வண்ணம் ஒவ்வொரு இழையிலும் தெரியும். அதன் உன்னதம் பல படிமங்களில் உள்ளது. இன்றைய கார்ப்பரேட் கட்டமைப்பைச் சரியாகச் சொல்லும் படம் என்பதால், இதை என் கருத்தரங்குகளுக்கு நிறையப் பயன்படுத்தியுள்ளேன்.

வழக்கமாக இதைத் தமிழில் எடுக்க என்ன செய்யலாம், எடுத்தால் யார் நடிக்கலாம் என்று குறி பார்த்துச் சொல்வேன். இதை இனிமேல் தமிழில் பண்ண முடியுமா? தாராளமாகப் பல முறை புதிது புதிதாகப் பண்ணலாம். 25 வருடங்கள் கழித்து மணிரத்னமே கமலை வைத்து மீண்டும் பண்ணலாம்.

நல்ல எழுத்தாளரைப் பயன்படுத்தும் இயக்குநர் விருப்பப்பட்டால் அஜித் (பழைய படங்கள் சாயல் இல்லாமல்) பண்ணலாம். எனக்கு பாலா போன்ற ஒரு இயக்குநர் விஜய் சேதுபதிபோல ஒருவரை நடிக்க வைத்துப் புதிய பரிமாணத்துடன் காட் ஃபாதரைப் பார்க்க ஆசை.

கதைதான் நாயகன். நடிகன் அதற்குத் தேவையான அளவு தன்னைப் பொருத்திக்கொண்டால் போதும். இயக்குநரின் சினிமாதான் உலக சினிமா. காட்ஃபாதர் நிச்சயம் அவ்வகையில் கப்போலாவின் உலக சினிமா.

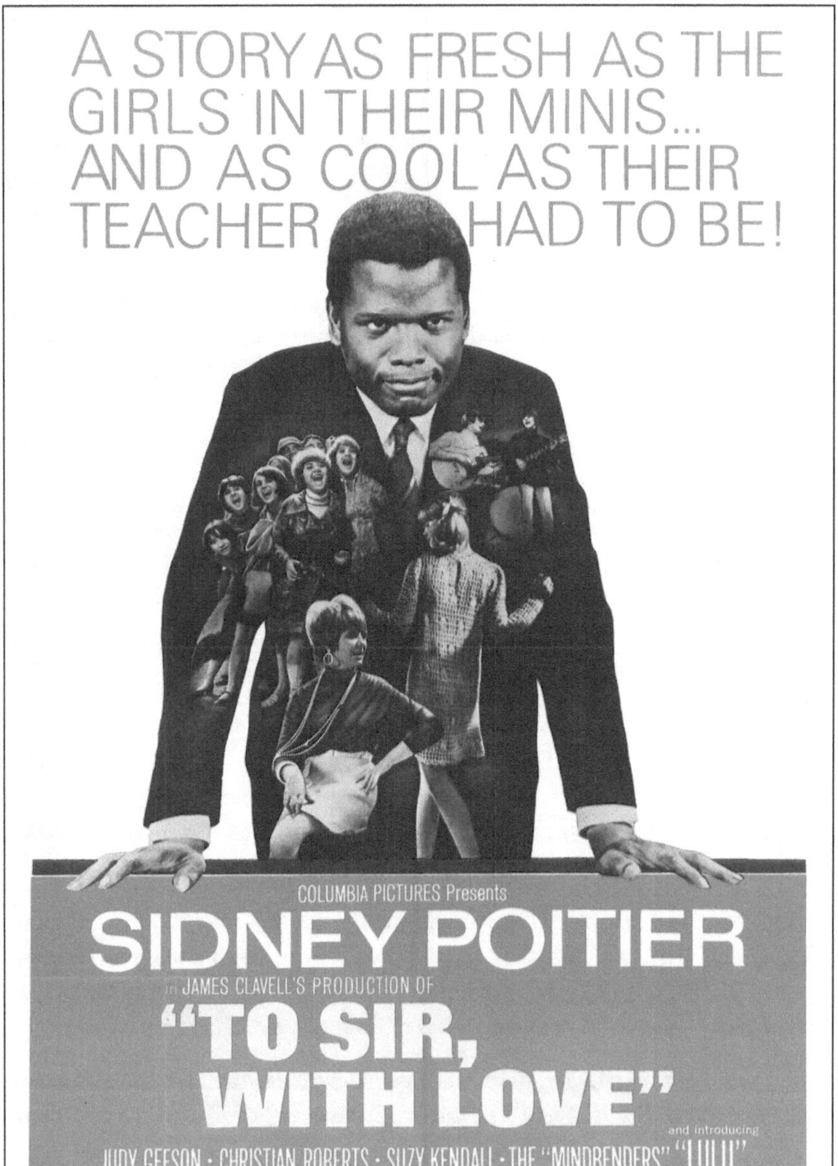
A STORY AS FRESH AS THE GIRLS IN THEIR MINIS... AND AS COOL AS THEIR TEACHER HAD TO BE!
COLUMBIA PICTURES Presents
SIDNEY POITIER
in JAMES CLAVELL'S PRODUCTION OF
"TO SIR, WITH LOVE"
and introducing
JUDY GEESON · CHRISTIAN ROBERTS · SUZY KENDALL · THE "MINDBENDERS" "LULU"

13

இதுவரை யாரும் தோற்றதில்லை

டு சார், வித் லவ்

1959ல் ஈ.ஆர். ப்ரெய்த்வெய்ட் எழுதிய நாவல் 1967 திரைப்படமாக வெளிவந்து வெற்றி கண்டது. டு சார் வித் லவ் ஒரு சுய சரிதையும் கூட.

இரண்டாம் உலகப் போர் முடிந்து ஏற்பட்ட வேலையில்லாத் திண்டாட்டத்தில் பொறியாளரான ப்ரெய்த் வெய்ட்டுக்கு பொருளாதாரச் சிக்கலைச் சமாளிக்க உடனடியாக ஒரு வேலை தேவைப்படுகிறது. அதனால் குப்பத்துக் குழந்தைகள் அதிகம் படிக்கும் ஒரு பள்ளிக்கு ஆசிரியராக விண்ணப்பிக்கிறார். ஒரு தற்காலிக வேலைக்கு ஆசிரியர் பயிற்சி பெறாத ஒரு பொறியாளர் சேரும்போது ஏற்படும் அனைத்து எதிர்ப்புகளையும் எதிர்கொள்கிறான்.

மாணவர்களுக்கு படிப்பில் ஆர்வமில்லை. ஆசிரியர்கள் மாணவர்களை மதிப்பதில்லை. பெற்றோர்களுக்கு கல்வி பற்றிப் பெரிய விழிப்புணர் வில்லை. சமூகத்தின் விளிம்பில் வாழும் மனிதர்களிடம் உள்ள தீய பழக்கங்களும் அந்தப் பிள்ளைகளிடம் இருந்தன. பள்ளி முதல்வருக்கு நல்ல எண்ணம் இருந்தும் பெரும் நம்பிக்கை இல்லை. இந்தச் சூழ்நிலையில்தான் ப்ரெய்த்வெய்ட் வேலைக்குச் சேர்கிறார்.

பள்ளி முடித்து வெளியில் வரும் பொழுது வயது வந்தவர்களாக வாழ்க்கையை எதிர் கொள்ள வேண்டும் என்றால் இப்போதிலிருந்தே அவர்களை வயது வந்தவர்களாக நடத்தினால் என்ன என்று எண்ணுகிறார். பள்ளிக்கு இவர்களைத் தயார் செய்வதை விடப் பள்ளிக்கு வெளியில் இருக்கும் நிஜ வாழ்க்கைக்கு இவர்களைத் தயார்

செய்வது முக்கியம் என உணர்கிறார். ஒவ்வொரு மாணவரும் தன் சக மாணவரை மரியாதையுடன் அழைக்கவேண்டும் என்கிறார். ஆசிரியரான இவரும் மாணவர்களை மிஸ்டர், மிஸ் என்று மரியாதையாக அழைக்கிறார். இவர் கருத்துகளை மற்ற ஆசிரியர்கள் ஏற்கவில்லை. மாணவர்களும் பெரிதாக எடுத்துக் கொள்ளவில்லை. பள்ளி முதல்வரும் புரட்சியான எந்த முயற்சிக்கும் தயாராக இல்லை.

மியூசியத்துக்கு அழைத்துச் செல்ல அனுமதி கேட்கையில் தயங்கியவாறு அனுமதி தரும் முதல்வர் வெளியே சென்று வரும் மாணவர்களின் மாற்றத்தைக் கண்டவுடன் ப்ரெய்த்வெய்ட்டின் கருத்தாக்கத்தில் நம்பிக்கை வைக்கிறார்.

ஆசிரியர்கள் மத்தியில் இவர் எழுப்பும் கேள்விகள் மெல்ல மெல்ல மாறுதல்களைக் கொண்டு வருகின்றன. பள்ளியின் பிரச்னைகளை ஜன நாயக முறையில் ஒளிவு மறைவில்லாமல் எல்லாரும் உட்கார்ந்து பேசலாம் எனும் இலக்கை நோக்கிச் செல்கிறது பள்ளிக்கூடம்.

இசையும் நடனமும் மாணவர்களின் அழுத்தி வைக்கப்பட்ட மனதின் அத்தனை கசடுகளையும் வெளியேற்றி அமைதி கொள்ளச் செய்கிறது. இரண்டு பீரியட்கள் இடையில் மாணவர்கள் நடனமாடலாம் என்கிறார். முரட்டு மாணவர்களின் ஆரம்ப கால நிராகரிப்பு, சக ஆசிரியர்களின் ஒத்துழையாமை, கறுப்பினம் குறித்த ஒட்டுமொத்த சமூகத்தின் இன வெறி என எல்லா தரப்பிலும் எதிர்ப்புகள் வந்தாலும் காதலும் கவர்ச்சியும் கூடி வருகிறது.

ஒரு மாணவி தன் ஆசிரியர் மீது கொள்ளும் காதலும் கவர்ச்சியும் இதமாகக் கையாளப்படுகிறது. அதை ஒழுக்கப் பிரச்னையாகப் பார்க்காமல் ஒரு பருவ மாற்றத்தின் குறியீடாகக் கண்டு மாணவியை வழிப்படுத்தும் ஆசிரியர் மரியாதையில் உயர்கிறார்.

இறுதியில் தன் ஆசிரியருக்கு பாடலை எழுதி ஆடி அர்ப்பணிக்கின்றனர் மாணவர்கள். மீண்டும் பொறியாளர் வேலை கை கூடுகையில் மாணவர்கள் 'போகக்கூடாது' என்று தடுக்கின்றனர். நெகிழ்ச்சியுடன் முடிகிறது படம்.

சிட்னி பாய்ட்டர் நாயகனாக வாழ்ந்திருக்கிறார். நிற பேதத்தின் குரூரத்தை நாயகன் பள்ளிக்கு வேலை தேடி வரும் ஆரம்ப காட்சியிலேயே தெரிகிறது. இறுக்கமான சூழ்நிலையிலும் நம்பிக்கையும் நகைச்சுவை உணர்வும் கொண்டு வாழும் ஆதர்ச ஆசிரியர் வேடத்தை மிகச் சிறப்பாகச் செய்திருக்கிறார். ஜேம்ஸ் க்ளேவல் இயக்கியிருக்கிறார். 1968ன் சிறந்த இயக்குனராக இவரை 'டைரக்டர்ஸ் கில்ட் ஆஃப் அமெரிக்கா' இந்தப் படத்துக்காகத் தேர்வு செய்தது.

இந்தப் படம் பார்த்து ஆசிரியர் தொழிலில் ஆர்வம் வந்துள்ளதாக என்னிடம் பலர் சொல்லக் கேட்டிருக்கிறேன்.

''நீ என்னவாகப் போகிறாய்?'' பத்தாம் வகுப்பில் பலரைக் கேட்டால் ''டீச்சர்!'' என்று சொல்வோர் மிகக் குறைவு. ஆனால் நம் பிள்ளைகள் அனைவரும் ஏதோ ஒரு பருவத்தில் டீச்சர் விளையாட்டு விளையாடி பொம்மைக்கு பாடம் நடத்தியவர்கள் தாம். எங்கே போயிற்று அந்த அபிமானமும் மரியாதையும். அவற்றைக் களவாடியவர்கள் அவர்களுக்கு பின்னாட்களில் வாய்த்த ஆசிரியர்கள் தாம்.

மாணவர்களை மதிக்காத ஆசிரியர்களை மாணவர்கள் மதிப்பதில்லை. அன்பும் மரியாதையும் அற்ற அறிவு மாணவர்களைக் கவராது. அச்சத்தைக் காட்டிப் படிய வைத்த காலம் மலையேறி விட்டது. அதிகாரம் மட்டும் எக்காலத்திலும் மாணவர்களைக் கவராது.

இந்தப் படம் எல்லா காலத்துக்குமான படம்.

இதன் வெற்றி எதிர்பார்த்த வெற்றி. இந்தக் கருவைக் கையாண்டவர்கள் யாரும் தோற்றதில்லை. இந்தப் படத்தின் வெற்றி இதன் தொடர்ச்சியாகத் தொலைக்காட்சி தொடரை எடுக்க வைத்தது.

தமிழிலும் இது போன்ற படங்களுக்குப் பஞ்சமில்லை. நம்மவர் முதல் சாட்டை வரை தரமான படங்கள் இங்கும் உண்டு. பசங்க படமும் நல்ல ஆசிரியரை உருவகப்படுத்தியது. ஆனால் இன்றைய தமிழ்ச் சூழலில் இதுபோல் இன்னும் நூறு படங்கள் எடுக்கும் அளவு கதைக்களங்கள் இங்கு உள்ளன. பள்ளிகூடக் கதைகள் எடுக்கும் அளவு சமூக நிகழ்வுகள் இங்கு மிக மிக அதிகம். அந்த அளவு படங்கள் வரவில்லை.

தேர்வில் தோற்றதால் மாணவர் தற்கொலை, மாணவர் அடித்து ஆசிரியர் கொலை, பள்ளிச்சிறுமி ஆசிரியரால் வன்புணர்ச்சி, ஆசிரியை துன்புறுத்தலால் மாணவி தற்கொலை எனப் பல தீவிர மன நிலைகள் இங்கு உள்ளன, பிராய்லர் கோழிகள்போல நடத்தப்படும் பொறியியல் கல்லூரி மாணவர்களைப் பற்றி நண்பன், வேலையில்லாப் பட்டதாரி படங்கள்போல மழலையர் பள்ளி முதல் உயர் நிலைப் பள்ளி முதல் வளர்பருவத்தில் ஏராளமான உளவியல் கதைகள் இங்கு உண்டு.

உதவி இயக்குனர்கள் பார்ப்பதைவிடப் பள்ளி ஆசிரியர்களும் ஆசிரியராக ஆசைப்படும் அனைவரும் பார்க்க வேண்டிய படம் ''டு சார், வித் லவ்!''

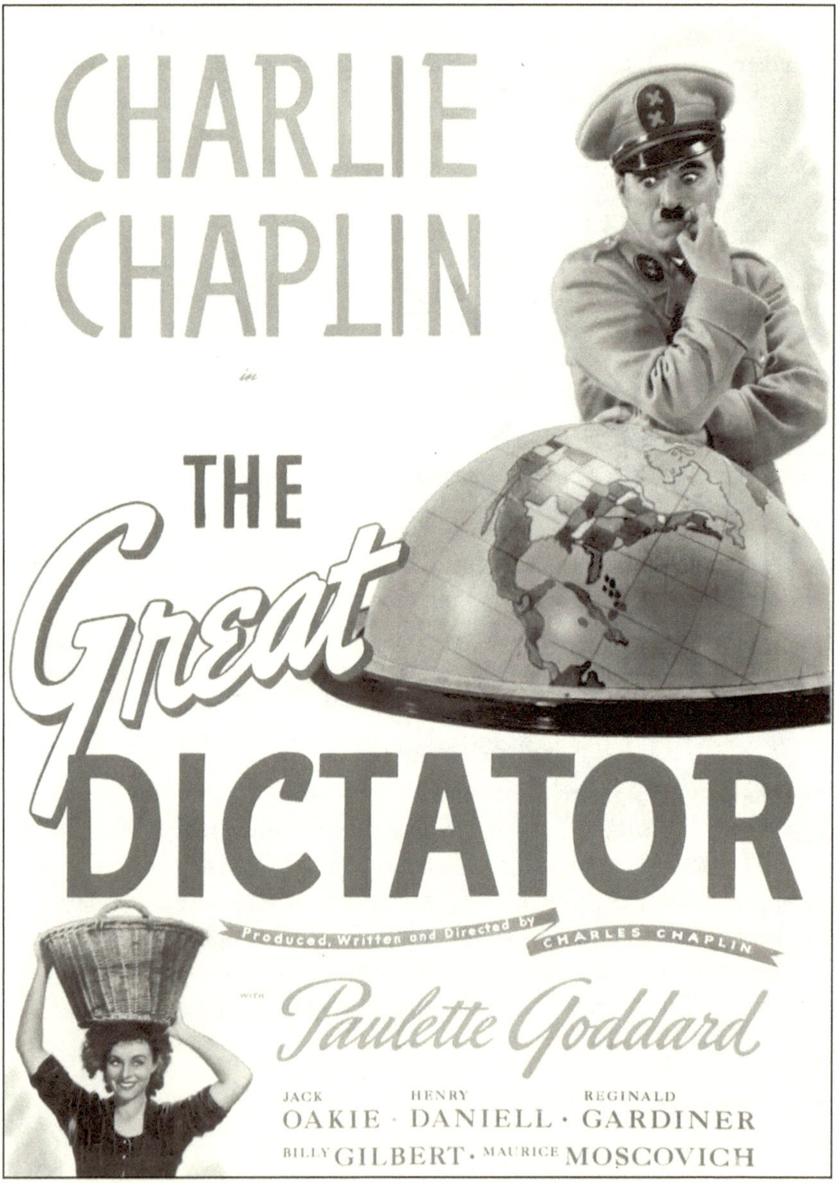
CHARLIE CHAPLIN
in
THE Great DICTATOR
Produced, Written and Directed by CHARLES CHAPLIN
with Paulette Goddard
JACK OAKIE · HENRY DANIELL · REGINALD GARDINER
BILLY GILBERT · MAURICE MOSCOVICH

14

பூமி என்ன கால் பந்தா??

தி கிரேட் டிக்டேட்டர்

உலகின் ஒப்பற்ற ஒட்டுமொத்தத் திரைக்கலைஞன் சார்லி சாப்ளின். நடிப்பு மட்டுமின்றிக் கதை, வசனம், இசை, நடனம், படத்தொகுப்பு, இயக்கம், தயாரிப்பு என அத்தனை துறைகளின் வித்தகன் சாப்ளின். பேசும் படம் வந்தபின் மௌனப்படங்கள் எடுத்தவர். அவர் தாக்கம் இல்லாத உலக நடிகர் இல்லை எனச் சொல்லலாம்.

இந்தியில் ராஜ்கபூர் சார்லி சாப்ளினின் கதாபாத்திரம், உடல் மொழி, கதை அம்சம் என பலதையும் நகல் எடுத்து வெற்றி கண்டவர். நம் கமலுக்கும் சாப்ளினின் தாக்கங்கள் நிறைய உண்டு. புன்னகை மன்னன் படத்தில் சாப்ளின் செல்லப்பா என்ற வேடத்தில் சாப்ளின் போலவே நடித்து அசத்தினார்.

சாப்ளின் தன் சொந்தக் கதையைப் பல படங்களில் பல தளங்களில் அற்புதமாகக் கோர்த்திருப்பார். மிகுந்த வறுமையான பின் புலத்திலிருந்து நடிக்க வந்தவர் சார்லஸ் ஸ்பென்ஸர் சாப்ளின். தந்தை தெரியாது. தாய் மன நலம் குன்றி மருத்துவமனையில் வாழ்கிறாள். 9 வயதில் வேலை செய்ய ஆரம்பிக்கிறார். இவரின் மேடைப் பண்புகளும் அசாத்திய நகைச்சுவைத் திறனும் இவரை நகைச்சுவை நடிகர் ஆக்குகிறது. அமெரிக்கா கூட்டிச்செல்கிறது. இவரது மேடை நாடகங்கள் மவுனப் படங்களுக்கு வித்திடுகிறது. தன் பத்தொன்பதாவது வயதில் உலகப்புகழ் அடைகிறார்.

அவர் அத்தனை கதைகளிலும் நாயகன் பரம ஏழை, அப்பாவி, கோமாளி, கருணை மிகுந்தவன், அடக்குதலுக்கு அஞ்சாதவன்,

பொதுவுடைமை சிந்தனை கொண்டவன், தூய அன்பில் கரைந்து கொள்பவன் எனப் பொதுத்தன்மை கொண்டவை. இவரது தி கிட், கோல்ட் ரஷ், மாடர்ன் டைம்ஸ், சர்க்கஸ், சிட்டி லைட்ஸ் எனப் படங்கள் அனைத்தும் சமூகச் செய்திகள் நிறைந்தன. இருந்தும் தி கிரேட் டிக்டேட்டரை இப்பகுதிக்குத் தேர்வு செய்யக் காரணம் அதன் அரசியல் நையாண்டித் தன்மை மட்டுமல்ல. இன்றைய பன்னாட்டு அரசியல் சூழ்நிலைக்கு அவர் கூறும் செய்தி பொருந்திப் போவதால்.

இரண்டாம் உலகப்போர் துவங்குவதற்குச் சற்று முன் வெளி வந்த படம் இது. ஜெர்மானிய அதிபர் ஹிட்லர் போன்ற சர்வாதிகாரி வேடத்திலும், அதே தோற்றத்தில் இருக்கும் ஒரு சாமானிய நாவிதனாகவும் இரு வேடங்கள் சாப்ளினுக்கு. முழுக்க முழுக்க ஹிட்லரின் நடை, உடை, பாவனை, பேச்சு என அனைத்தையும் நகலெடுத்து ஹென்கல் எனும் சர்வாதிகாரியாக அற்புதமாக நடித்திருப்பார். பெரும்பாலும் மௌனப்படங்களில் மட்டுமே பார்த்த சாப்ளினின் வசனம் கூடிய நடிப்பும் அபார வரவேற்பு பெற்றது. கடைசி காட்சியில் அவர் ஆற்றும் நெடும் உரை சத்தான வசனத்துக்காகவும், ஒரு நீண்ட காட்சியின் வசனத்தைப் பிசிறில்லாமல் இடைவிடாது பேசி நடித்ததற்காகவும் உலக ரசிகர்கள் மனதில் நீங்கா இடம் பெற்றது.

கதைப்படி முதல் உலகப் போரின் வீரன் ஒருவன் தன் படைத் தளபதியைக் காத்து, தான் காயமுற்று, நினைவு தப்பி மறதி நோயில் மருத்துவமனையில் சேர்க்கப்படுகிறான். அங்கிருந்து தப்பி, பழைய வாழ்க்கையை மறந்து முடி திருத்துபவராக வாழ்க்கையை மேற் கொள்கிறான். அருகில் வாழும் பணிப்பெண்ணுடன் அழகான காதல் கொள்கிறான். இது நாவிதன் வேடத்தில் முதல் சாப்ளின்.

அந்நாட்டு சர்வாதிகாரி யூதர்களை அழித்துப் பெரு நாசம் விளைவித்து வருகிறான். அதிபரின் அறிவுரையாளர்கள் தரும் தீய ஆலோசனைகளை மேற்கொண்டு கிளர்ச்சியாளர்கள் மட்டுமின்றி அப்பாவி மக்களையும் சிறை பிடித்து சித்ரவதை செய்கிறான். உலகம் முழுதும் தன் கட்டுக்குள் என்கிற முட்டாள்தனமான கனவில் அராஜகம் செய்யும் கதாபாத்திரத்தில் இன்னொரு சாப்ளின்.

அண்டை நாட்டுப் படையெடுப்பில் அடுத்த நாட்டுத் தலையீட்டைச் சமாளிக்க அந்த அதிபரைப் பேச்சு வார்த்தைக்கு அழைக்கிறான் (அது இத்தாலியின் முசோலினியை நகலெடுத்த பாத்திரம்). இரு பெரும் சர்வாதிகாரிகளை நையாண்டி செய்யும் துணிவு சாப்ளினைத் தவிர யாருக்கு வரும்?

முடிவில் ராணுவத்துக்கு பயந்து தப்பியோடும் நாவிதனை, உருவ ஒற்றுமையால், அதிபர் என நம்பி மேடை ஏற்றுகிறார்கள். நிஜ

அதிபரை எல்லைப் படையினர் வாத்து சுடுகையில் தவறுதலாகக் கைது செய்து சிறையில் அடைக்கின்றனர். அதிபர் உரையை நிகழ்த்தும் சாமானியன் உரையுடன் படம் முடிகிறது.

''எனக்கு யாரையும் ஆள விருப்பமில்லை. எல்லா இன மக்களுக்கும் உதவத்தான் நினைக்கிறேன். மற்றவர்களை மகிழ்விப்பதுதான் மனிதத்தனம். துன்புறுத்துவதில் அல்ல. இந்த பூமியில் எல்லாருக்குமான உணவு இருக்கிறது. சுதந்திரமாகவும் அழகாகவும் வாழலாம். ஆனால் நாம் எங்கோ வழி தவறிவிட்டோம்.

பேராசை நம் ஆன்மாக்களை நச்சுப்படுத்திவிட்டது. உலகில் ரத்தக்களறி ஏற்படுத்திவிட்டது. இயந்திரங்கள் நம் தேவைகளை அதிகரித்துவிட்டன. நம் அறிவு கருணையை இழக்கச் செய்துவிட்டது. நாம் சிந்திக்கும் அளவு உணர மறுக்கிறோம். அதிக இயந்திரங்களைவிட அதிக மனித நேயம் நமக்குத் தேவை. மனித நேயம் கிடைக்காவிட்டால் உலகில் வன்முறைதான் மிஞ்சும்.

அறிவியல் வளர்ச்சி மூலம் என் குரல் உலகெங்கும் ஒலிக்கிறது. இதைக் கேட்டுக்கொண்டிருக்கும் நசுக்கப்பட்ட ஆண்கள். பெண்கள், குழந்தைகளே... நீங்கள் யாரும் கலங்கவேண்டாம்.

வெறுப்பின் காலம் முடியும். சர்வாதிகாரிகள் மடிவார்கள். விடுதலை பிறக்கும்.

வீரர்களே... நீங்கள் இயந்திர மனம் கொண்டோர்கள் ஆணையை ஏற்கும் இயந்திரங்கள் அல்ல. மனித நேயமும் அன்பும் கொண்ட மனிதர்கள். அடிமைத் தனத்துக்குப் போராடாதீர்கள். அன்புக்குப் போராடுங்கள்!

இறைவனின் சாம்ராஜ்ஜியம் மனித மனத்தில்தான் உள்ளது. உங்கள் மனத்தின் சக்தியை உணர்ந்து மக்கள் சக்தியைக் கூட்டுவோம்.

அனைவரும் இணைந்து போராடுவோம். புது உலகம் படைப்போம். அதில் எல்லா இளைஞர்களுக்கும் வேலை கிடைக்கட்டும். வயோதிகர் அனைவருக்கும் பாதுகாப்பு கிடைக்கட்டும்.

இது சர்வாதிகாரிகளால் ஆகாது. உங்களைப் போன்ற வீரர்களால்தான் முடியும். ஜன நாயகத்தின் பேரால் இணைவோம்!''

ஜனநாயகத்தின் மதிப்பு அறியாத மக்கள் இந்தப் படம் பார்த்தால் நம்பிக்கை கொள்வார்கள்.

உலகை வெல்லும் வெறியுடன் பூமிப்பந்து பொம்மையைத் தட்டித் தட்டி விளையாடும் காட்சி ஒன்று போதும், சர்வாதிகாரம் பற்றிப் புரிய வைக்க. பூமிப்பந்தைக் கைகளால், கால்களால், தலையால், புட்டத்தால் தட்டி விளையாடுவார் சர்வாதிகாரி சாப்ளின். அதிகாரக் குவிப்பின் குரூர முகத்தை இதைவிடத் தீவிரமாய்- அதுவும் விளையாட்டாக- யாராலும் சொல்ல முடியாது!

ALFRED HITCHCOCK'S
PSYCHO

15

உறைந்து நிற்கும் உண்மை?

சைக்கோ

திகில் திரைப்படங்களின் முன்னோடி சர்.அல்ஃப்ரெட் ஹிட்ச்காக். இருபதுகளின் மவுனப்படங்கள் முதல் எழுபதுகளின் நவீனப்படங்கள் வரை 50 படங்கள் இயக்கியுள்ளார். இவரின் மிகப் பெரிய வெற்றிப்படம் சைக்கோ. 1960ல் வெளிவந்த இந்தப் படத்தின் தாக்கம் ஹாலிவுட் மட்டுமின்றி உலக சினிமா முழுவதும் பரவியது. குறிப்பாகக் கதாநாயகி ஷவரில் குளிக்கையில் கொலை செய்யப்படும் காட்சி மிக மிகப் பிரபலமானதற்குக் காரணங்கள் கதை அமைப்பு, காட்சி அமைப்பு, ஒளிப்பதிவு எனப் பலதைச் சொல்லலாம். இந்தக் காட்சியை ரசித்துத் தங்கள் படங்களில் நகலெடுத்தவர்கள் பலர். இந்தப் படத்தையே சற்று ஏறக்குறைய மறு படைப்பு செய்தவர்களும் உண்டு. ''அந்நியன்'' படம்கூட இதன் தாக்கத்தில் பிறந்ததுதான் என்றார் என் நண்பர். அவர் ''மூடுபனி'' படத்தைப் பார்த்திருக்கவில்லை. ''அந்நியன்'' படத்தில் சைக்கோவின் தாக்கம் குறைவு. ஒரு மனதில் ஒன்றுக்கு மேற்பட்ட ஆளுமைகள் குடியிருப்பது என்பதைத் தவிர பெரிதாக ஒற்றுமை எதுவும் இல்லை. ஆனால் அந்நியன் படம் வேறொரு படத்தின் முழுக் கட்டமைப்பு, கதாபாத்திரம் எனப் பலதை அப்படியே கொண்டது. அது ''செவன்''. அந்தத் தலையைப் பார்சல் செய்யும் காட்சி ''செவன்'' படத்திலிருந்து அப்படியே ''காக்க காக்க'' வில் பார்க்கலாம். சரி, இப்போது சைக்கோவைப் பார்க்கலாம்!

சைக்கோவைப் பற்றி எழுதுவதில் எனக்கு இரண்டு சவால்கள் உள்ளன. ஒன்று சஸ்பென்ஸ் சொல்லாமல் கதையைச் சொல்ல வேண்டும். என்

மருத்துவ உளவியல் பின்னணியுடன் கதையை academic ஆகப் பார்க்காமல் வெகு ஜன ரசனைக்கு ஏற்ப இந்தக் கதையை எளிமையாகச் செல்ல வேண்டும். முயற்சி செய்கிறேன்.

காதலனுடன் சல்லாபிக்கையில் படம் ஆரம்பிக்கிறது. பிறகு, அலுவலகப் பணத்தைக் கையாடல் செய்துவிட்டு ஓடிப்போகிறாள் கதாநாயகி. கார் மாற்றிப் பணத்தைப் பதற்றத்துடன் எடுத்துக்கொண்டு வெளியூர் செல்கிறாள். இரவு ஆள் அரவமில்லாத ஓட்டலில் தங்குகிறாள். ஓட்டல் முதலாளி இளைஞன் பரிவுடன் உணவு வழங்கி உபசரிக்கிறான். மன நலம் குன்றிய தாயுடன் அருகில் உள்ள பங்களாவில் தங்குவதாகக் கூறுகிறான். தாய் மகனுடன் இரைந்து பேசுவதைக் கேட்கிறாள் நாயகி. அவள் நிழல் உருவமும் ஜன்னலில் தூரத்தில் பார்க்கிறாள்.

களைப்பு நீங்க இரவில் ஷவரில் குளிக்கிறாள். அப்போது ஒரு உருவம் உள்ளே வந்து கத்தியில் அவளைக் குத்திக் கொல்கிறது. சிறிது நேரம் கழித்து முதலாளி இளைஞன் வந்து அதிர்ச்சியுற்று பிணத்தையும் அவள் உடமைகளையும் அவள் வந்த காரில் எடுத்துச் சென்று காரை ஆற்றுக்குள் தள்ளிவிட்டு வருகிறான்.

பணம் களவாடப்பட்டதால் நாயகியைத் தேட ஒரு தனியார் துப்பறியும் நிபுணர் அமர்த்தப்படுகிறார். அவர் நாயகியின் தங்கையையும் காதலனையும் விசாரிக்கிறார். பின் அவள் வந்த பாதையை மோப்பம் பிடித்து அதே ஓட்டலுக்கு வருகிறார். விசாரணை நடத்துகிறார். அந்த இளைஞன் பதில்களில் திருப்தியில்லாமல், அவன் அம்மாவை விசாரிக்க மீண்டும் வருகிறார். அப்போது அவரையும் ஒரு முகம் தெரியாத உருவம் சரமாரியாகக் குத்திக் கொல்கிறது.

அவரும் காணாமல்போக அதே ஓட்டலுக்குக் கணவன்- மனைவியாக வருகிறார்கள் தங்கையும் நாயகியின் காதலனும். ஓட்டல் முதலாளியுடன் காதலன் பேச்சுக் கொடுத்துக் கொண்டிருக்க, நாயகியின் தங்கை அந்த மன நலம் குன்றிய தாயைக் காண பங்களாவுக்குத் தப்பிச்செல்கிறாள். அங்கு உண்மை தெரிய உறைந்துபோகிறாள்.

மன நலம் சரியில்லாதது மகனுக்கு தாய்க்கா? யார் கொன்றார்கள்? என்ன காரணம் என்பதெல்லாம்தான் சஸ்பென்ஸ். படம் பாருங்கள்!

கடைசி காட்சியில் ஒரு மன நல மருத்துவர் குற்றவாளியின் மனப் பிறழ்வை அனைவருக்கும் விளக்குவது நம்பகத்தன்மையைக் கூட்டுகிறது. மகனுக்குத் தாய் மேல் உள்ள இடிபஸ் காம்ப்ளக்ஸ், ஒரு மனதில் இருவர் குடியிருக்கும் ஸ்பிளிட் பர்சனாலிட்டி போன்றவை

முதன் முதலில் வெண்திரையில் காட்டப்பட்டது இந்தப் படத்தில்தான்.

குற்றவாளி மட்டுமல்ல படத்தில் வரும் கதாபாத்திரங்கள் அனைவருமே கடந்த காலத்தின் சுமையைச் சுமப்பவர்கள். கடந்த காலம் பின்னிய வலையிலிருந்து மீளத் துடிப்பவர்கள். அவர்களின் அத்தனை நடத்தைகளும் இந்த மீட்சிக்கான முயற்சிகள் தான். அவர்கள் புரியும் குற்றங்களுக்கும் காரணம் இவையே. குற்றம், குற்ற உணர்வு, குற்ற உணர்வை ஈடு செய்யும் நடத்தைகள் எனப் பல அடுக்குகளில் மனித மனதைத் தெளிவாக ஆராய்ந்து கூறுகிறது இந்தத் திரைப்படம்.

இன்று சைக்கோ என்பது மலிவாகவும், ஏளனமாகவும் பயன் படுத்தப்படும் வசைச்சொல் ஆகிவிட்டது. மனப் பிறழ்வு என்பதை வரையறுப்பது எவ்வளவு கடினம்? யார் மன நலம் பாதிக்கப்பட்டவர் என்பதைக் கூறக்கூட முடியும். ஆனால் யார் மன நலம் பாதிக்கப் படாதவர் என்று கூற முடியுமா? உடைவதற்கு முன் உள்ள பலகீனத்தை அறிந்தவர் யார்? நோயாளி என்றும் குற்றவாளி என்றும் முத்திரை பதிப்பது சுலபம். ஆனால் ஆரோக்கியம் பேண பாதிக்கப்பட்டவர் களைச் சுகப்படுத்துவதும் திடப்படுத்துவதும் எவ்வளவு முக்கியம்?

குடும்ப உறவுகளும், சமூகமும் தொடர்ந்து மனித மனதின் உறுதியைச் சோதனை செய்து கொண்டே இருக்கின்றன. சில மனங்கள் உறுதி இழக்கும்போது அவை ஒதுக்கியும் வைக்கப்படுகின்றன. சைக்கோ படம் திகில் படம் மட்டுமல்ல. ஒரு குற்றத்தை உளவியல் பூர்வமாகவும் நோக்கும் முயற்சி.

நாவலை அற்புதத் திரைக்கதையாகச் செய்ய வைத்து, மிக நுட்பமான நடிப்பை நடிகர்களிடம் வாங்கி, மிகக் குறைந்த அரங்க அமைப்பில், உயிர்ப்பான இசையுடன் மிகுந்த கலை நயத்துடன் உருவாக்கப்பட்ட திரைப்படம்.

நடிகர்களை ஒரு செட் பிராப்பர்ட்டிபோல மதிப்பார் ஹிட்ச்காக் என்று ஒரு குற்றச்சாட்டு உண்டு அவர் மேல். ''நடிகர்கள் எல்லாம் கன்று குட்டிகள்'' என்று அவர் ஒரு முறை குறிப்பிட்டதாகவும் அவர் மேல் புகார் இருந்தது. ஆனால் படத்தைப் பார்த்தால் நடிகர்களிடமிருந்து எப்படி இப்படிப்பட்ட சூட்சம உணர்வுகளைத் திரையில் கொணர்ந்தார் என்று ஆச்சரியமாக இருக்கிறது.

அதேபோல வியாபார எண்ணத்திலும் அவர் கெட்டி. சைக்கோ அவர் தயாரித்த படம். ''யாரும் படத்துக்குத் தாமதமாக வரக்கூடாது'' என்ற பிடிவாதத்தில்தான் முதல் காட்சியிலேயே நாயகியை உள்ளாடை களுடன் கிளர்ச்சியாகக் காட்டியிருந்தாராம் ஹிட்ச்காக்!

DISTRIBUZIONE
ENIC
Ladri di biciclette
PRODUZIONE
P. D. S.
UN FILM DI VITTORIO DE SICA

16

யார் உண்மையான திருடன்?

பைசைக்கிள் தீவ்ஸ்

இரண்டாம் உலகப் போர் முடிவுக்குப் பின் இத்தாலியில் கடும் வேலை இல்லாத் திண்டாட்டம். ஆயிரக்கணக்கில் முண்டியிட்டுக் காத்திருந்தால் ஒரு சிலருக்கு மட்டும்தான் வேலை கிடைக்கிறது. அப்படி ஒரு யோகத்தருணம் அண்டோனியோவுக்கு வாய்க்கிறது. போஸ்டர் ஒட்டும் வேலை; ஆனால் சைக்கிள் கண்டிப்பாக வைத்திருக்க வேண்டும் என்கிறார்கள். ஏணியையும் மைச்சட்டியையும் சுமந்து தெரு தெருவாகச் செல்ல அது மிகவும் அவசியம்.

தன் சைக்கிளை அடகு வைத்துத் தொலைத்தாயிற்று. சைக்கிள் இருக்கிறது என்று சொல்லி ஆர்டர் வாங்கியாயிற்று. என்ன செய்ய? மனைவி மரியா வரதட்சணையாகக் கொண்டு வந்த விலை உயர்ந்த படுக்கை விரிப்புகளை அடகு வைத்துப் பணம் தருகிறாள். இந்த வேலை கிடைத்தால் தானே ஜீவனம் நடத்த முடியும்?

புது சைக்கிள் வாங்கி உற்சாகமாக வேலைக்குக் கிளம்புகிறான். பள்ளிக்கு மகனை சைக்கிளில் பெருமிதமாக விட்டுச் செல்கிறான். முதல் நாளே போஸ்டர் ஒட்டிக்கொண்டிருக்கையில் கீழே நிறுத்தப்பட்டுள்ள சைக்கிளை ஒருவன் திருடிச் செல்கிறான். துரத்திப் போயும் பிடிக்க முடியவில்லை. விரக்தியுடன் வீடு திரும்புகிறான். சைக்கிளைத் தேடும் படலம் துவங்குகிறது.

போலீஸ் இவன் புகாரைப் பெரிதாக எடுத்துக்கொள்ளவில்லை. நண்பன் ஆலோசனையில் திருட்டு சைக்கிளை பாகம் பிரித்து விற்கும்

சந்தைக்குச் செல்கிறார்கள் தந்தையும் மகனும். அங்கும் பலனில்லை. திருடியவன் ஒரு கிழவனுடன் பேசுவதை யதேச்சையாகப் பார்த்து மீண்டும் துரத்துகிறார்கள். திருடன் கிடைக்கவில்லை. கிழவன் தேவாலயத்துக்குள் நுழைகிறான். கிழவனை மிரட்டியதில் திருடன் இருப்பிடம் தெரிய வருகிறது. இடையில் மகனைக் கடிந்து கொண்டதில் அவன் கோபித்துக் கொள்கிறான். ஆற்றில் விழுந்த சிறுவன் தன் மகன் இல்லை என்ற நிம்மதி உணர்வில் அவனை உணவு விடுதிக்கு அழைத்துச்சென்று உற்சாகப்படுத்துகிறான்.

திருடன் இடம் தேடிச் சென்று பிடிக்கிறான். அவன் ஒரு விபச்சார விடுதிக்குள் ஒளிகிறான். அவனைச் சிரமப்பட்டுப் பிடிக்கையில் அவன் வலிப்பு வந்ததுபோல நடித்து சுற்றத்தார் கவனம் பெறுகிறான். போலீஸ் வந்து வீட்டில் தேடி எதுவும் இல்லை என்கிறது. மிகுந்த விரக்தியுடன் மகனுடன் வெளியேறுகிறான்.

கால்பந்தாட்ட மைதானம் வெளியே நூற்றுக்கணக்கானோர் சைக்கிளில் வந்து போகிறார்கள். இது சைக்கிள் வைத்திருப் போருக்கான உலகம் என்று தோன்றுகிறது அவனுக்கு. யாரும் கவனிப் பாரற்று நிற்கும் ஒரு சைக்கிளை ஒரு கட்டடம் முன் காண்கிறான். மகனை டிராம் பிடித்து வீட்டுக்குப் போகச் சொல்லிவிட்டு அந்த சைக்கிளை நோக்கிச் செல்கிறான்.

மிகுந்த மனப் போராட்டத்துக்குப் பிறகு அதைக் களவாட நினைக்கிறான். அவன் அதை எடுத்து ஓட்டத் துவங்குகையிலேயே பிடிபடுகிறான். டிராமைத் தவறவிட்ட மகன், கூட்டத்தினரால் அப்பா அடிபடுவதைப் பார்த்து ஓடிவருகிறான்.

சிறுவனைக் கண்ட சைக்கிள் சொந்தக்காரன் மனம் நெகிழ்ந்து போலீஸுக்குப் போகாமல் அவனை விடுவிக்கிறார். ''உன் நல்ல வேளை. பொழைத்துப் போ!'' என்கிறது கூட்டம். ''நல்ல அப்பா. பையனுக்கும் இதைக் கத்துக் கொடு!'' என்றும் எக்காளமிடுகிறது. மகன் முன் அவமானப்பட்டதால் தந்தை வெட்கிக் கண்ணீர் வடிக்க, மகன் ஆதரவாகக் கையைப் பிடிக்கிறான். இருவரும் கூட்டத்தில் கலைந்து செல்கிறார்கள்.

விக்டோரியோ டெ சிகா 1948ல் இயக்கி வெளியிட்ட படம். உலகின் மிகச் சிறந்த பத்து படங்களில் ஒன்று என இந்தப் படத்தைத் தேர்வு செய்கிறார்கள் விமர்சகர்கள். பின் நவீனத்துவ கோட்பாட்டில் படைக்கப்பட்ட இந்த திரைப்படத்தின் தாக்கம் உலகின் முன்னணி இயக்குனர்கள் பலருக்கு உள்ளதாகச் சொல்கிறார்கள். குறிப்பாக இரானிய இயக்குனர்களுக்கு டெ சிகா பெரிய ஆதர்சம் என்று தெரிகிறது.

இத்தாலியில் மொழியில் கறுப்பு வெள்ளையில் வந்த மிகப் பழைய படம். ஆனால் இன்று பார்க்கையிலும் முதல் காட்சி முதல் கடைசி காட்சி வரை கட்டிப்போடுகிறது. எந்த நிறமானால் என்ன, எந்த மொழியானால் என்ன... மானிடம் பொதுதானே?

அமெரிக்காவில் இதை தி பைசைக்கிள் தீஃப் என்ற பெயரில் மொழி மாற்றம் செய்து வெளியிட்டார்கள். ஆனால் பைசைக்கிள் தீஃப் என்று ஒருமையில் அழைக்கும்போது படத்தின் ஆதாரச் செய்தி குலைகிறது என்பது என் அபிப்பிராயம்.

இது திருடர்களின் படம். சரியாகச் சொல்வதென்றால் திருடர்கள் ஆக்கப்பட்டவர்களின் படம். படம் முழுவதும் திருடனைத் தேடிச் செல்லும் கதா நாயகன் கடைசியில் அவனே திருடனாகிறான். நாயகனின் சைக்கிளைத் திருடியவனுக்கும் இப்படி ஒரு கதை இருந்திருக்கலாம். போலீஸ் அவன் வீட்டில் சோதனை இடுகையில் திருடனின் தாய் சொல்லும் வசனம் முக்கியமானது: ''இவ்வளவு கஷ்டப்பட்டு தேடறதுக்கு பதிலா அவனுக்கு ஒரு வேலைக்கு ஏற்பாடு செய்யுங்களேன்''.

போர், வறுமை, வேலையில்லாத் திண்டாட்டம் என எல்லாவற்றையும் திணித்து மகிழ்ச்சி, அமைதி, நாணயம், நம்பிக்கை என மக்களிடமிருந்து திருடும் அரசாங்கம்தான் நிஜத் திருடனோ?

குறி சொல்லும் பெண்ணிடம் செல்வதை முதலில் கண்டித்து விட்டுப் பின் தானே சென்று குறி கேட்டல், தேவாலயத்தில் நல்ல உணவுக்குக் காத்திருக்கும் கிழவனைத் தேடுகையில் கதவுகள் மூடப்பட்டு, ''உள்ளிருப்பவர் யாரும் வெளியே செல்ல இயலாது'' என்று சொல்லும் வசனம் போன்றவை சொல்லும் செய்திகள் ஏராளம்.

பைசைக்கிள் தீவ்ஸின் பாதிப்பில் உருவானதுதான் நம் வெற்றிமாறனின் பொல்லாதவன்.

உலகின் உன்னதப் படைப்புகளைத் தழுவி நம் மண்ணுக்கு ஏற்ப நாணயமாகத் தருவித்தல் திருட்டல்லவே! அப்படியே அது திருட்டாக இருந்தாலும் அண்டோனியோவின் உள் நோக்கத்தையும் நிர்பந்தங் களையும் புரிந்து ஏற்றுக்கொள்வதைப்போல இவர்களையும் மகிழ்ச்சியுடன் ஏற்றுகொள்ளலாம்!

HE SAW THE
WORLD IN A WAY
NO ONE COULD HAVE
IMAGINED.
RUSSELL
CROWE
A RON HOWARD FILM
A BEAUTIFUL
MIND
ED HARRIS
UNIVERSAL PICTURES/DREAMWORKS PICTURES/IMAGINE ENTERTAINMENT PRESENT A BRIAN GRAZER PRODUCTION "A BEAUTIFUL MIND" JENNIFER CONNELLY PAUL BETTANY ADAM GOLDBERG JUDD HIRSCH JOSH LUCAS
ANTHONY RAPP AND CHRISTOPHER PLUMMER MUSIC COMPOSED BY JAMES HORNER CASTING BY JANE JENKINS C.S.A. JANET HIRSHENSON C.S.A. COSTUME DESIGNER RITA RYACK ASSOCIATE PRODUCERS ALDRIC LA'AULI PORTER LOUISA VELIS EDITED BY MIKE HILL DAN HANLEY
SOUNDTRACK AVAILABLE ON DECCA/DMG SOUNDTRACKS
www.abeautifulmind.com
PRODUCTION DESIGNER WYNN THOMAS DIRECTOR OF PHOTOGRAPHY ROGER DEAKINS A.S.C., B.S.C. EXECUTIVE PRODUCERS KAREN KEHELA TODD HALLOWELL BASED ON THE BOOK BY SYLVIA NASAR PRODUCED BY BRIAN GRAZER
DREAMWORKS PICTURES
IMAGINE
PG-13
WRITTEN BY AKIVA GOLDSMAN DIRECTED BY RON HOWARD
A UNIVERSAL PICTURE
UNIVERSAL
For rating reasons, go to www.filmratings.com

17

உண்மையான ஹீரோயிசம்

எ பியூட்டிஃபுல் மைண்ட்

மன நோயை எந்த மொழித் திரைப்படத்திலும் இன்னமும் முழுமை யாகப் பதிவு செய்யப்படவில்லை என்பது என் நீண்ட நாள் ஆதங்கம்.

தமிழ் சினிமா மன நோயை மேம்போக்காகவும், பல நேரங்களில் மிகத் தவறாகவும், காட்டி வருகிறது. பைத்தியக்கார ஆஸ்பத்திரி என்பது இங்கு காமெடி டிராக். மருத்துவரும் லூஸாகத்தான் இருப்பார். ''உலகம் உருண்டை. லட்டும் உருண்டை'' என்று கண்ணை உருட்டுவார் சாருஹாசன் 'மீண்டும் ஒரு காதல் கதை'யில். பல படங்களில் 'கல்யாணம் பண்ணினால் சரியாகும்'' என்பார்கள். இதுதான் மன சிகிச்சை. அல்லது அடி பட்டு மனம் பேதலித்தால் மீண்டும் அடி பட்டு சரியாக வேண்டும்!

கமல்ஹாசன் தன் படங்களில் மன நோயாளியை சூப்பர் ஹீரோபோல பெரும் பராக்கிரமசாலியாக்கி மரத்தைப் பிடுங்கிச் சண்டை போட வைப்பார். எம்.ஜி.ஆர் பல படங்களில் பாட்டு பாடியே கதாநாயகியைக் குணப்படுத்தியிருக்கிறார். பாலு மகேந்திராவும் அவர் சீடர் பாலாவும் பச்சிலை வைத்தியக்கட்டில் தன் கதை மாந்தர்களைக் காப்பாற்றி யுள்ளனர். மணிரத்னம் எந்த மருத்துவப் பேராபத்தும் இல்லாமல் ஸ்பாஸ்டிக் குழந்தையை கிளைமாக்ஸில் இறக்க வைப்பார் அஞ்சலியில்.

புற்று நோய்போல இருதய நோய்போல ஒரு மனச்சிதைவு நோயையோ மன வளர்ச்சி குறைபாட்டையோ இங்கு சரியாக, நேர்மையாகக் காட்டுவதில்லை. மிகை நடிப்பு அல்லது தவறான தகவல்கள்தான் தூக்கலாக இருக்கும். 'சுவாதி முத்தியம்' கமலும்

'புரியாத புதிர்' ரகுவரனும் மட்டும்தான் பாத்திரமும் சரியாக அமையப்பெற்று சரியான பாத்திர இயல்பை நடிப்பில் காட்டினார்கள் எனச்சொல்லலாம். தனுஷ் காட்டக்கூடியவர். சரியான ஸ்க்ரிப்ட் அமையவில்லை.

இந்தப் பின்புலத்தில் ''எ பியூட்டிஃபுல் மைண்ட்'' ஆங்கிலப் படத்தைப் பரிந்துரைக்கிறேன். நான்கு ஆஸ்கர்கள், பெரும் வசூல் என உலகம் முழுதும் பேசப்பட்ட படம்.

இந்தப் படத்தின் வெற்றிக்கு மூன்று காரணங்களை முதலிலேயே சொல்லிவிடுகிறேன். ஒன்று, ஒரு வாழும் மேதையின் நிஜக்கதை. இரண்டு அது ஏற்கனவே ஒரு நாவல் வடிவில் வந்து பெரிதும் பெயர் பெற்றது. மூன்று, அதை அற்புதமான திரைக்கதையாக அமைத்தது. இதற்குப் பிறகுதான் ரஸல் க்ரோவின் நடிப்பு, ரான் ஹோவர்டின் இயக்கம் எல்லாம்.

ஜான் நேஷ் பொருளாதாரத்தில் நோபல் பரிசு பெற்றவர். அடிப்படையில் அவர் ஒரு கணிதவியல் ஆராய்ச்சியாளர். ப்ரின்ஸ்டன் பல்கலைகழகத்தில் கார்னெகி ஸ்காலர்ஷிப் பெற்றவராக நுழைகிறார் இளம் மேதை ஜான். கூச்ச சுபாவமும் தனிமை விரும்பியுமான நாஷ் சார்லஸ் எனும் அறை நண்பருடன் மட்டும் நெருக்கமாகப் பழகுகிறார். ஒரு விருந்தில் ஆடம் ஸ்மித்தின் பிரபல பொருளாதாரக் கூற்றை மறுத்து ஒரு கருத்தாக்கத்தை உருவாக்குகிறார். அவரின் அந்தக் கட்டுரை அவரை எம். ஐ. டிக்கு இட்டுச் செல்கிறது.

சில ஆண்டுகளில் ராணுவ ரகசியத் தகவல் ஒன்றைப் புலன் விசாரிக்க அழைக்கப்படும் நாஷ் நொடியில் தன் கணித அறிவில் அதைக் கண்டு பிடித்துவிடுகிறார். நாஷின் சேவையைக் கோருகிறார் அந்த மர்மத் தலைவர் வில்லியம் பார்க்கர். சில மாதங்களில் ஓர் ஒற்றராக மாற்றப்பட்டு ராணுவத்துக்குப் பணிபுரிகிறார்.

இதன் இடையே அலிசியா எனும் மாணவி இவரைக் காதலிக்க, தன் நண்பர் சார்லஸின் அறிவுரைப்படி கல்யாணத்துக்கு சம்மதிக்கிறார். திருமணத்துக்குப் பின் ஒரு துப்பாக்கி சூட்டில் தப்பிக்க ராணுவம் ஒரு புறமும், ரஷ்யர்கள் மறுபுறமாகத் துரத்த இவரைப் பிடித்து மன நல மருத்துவ மனையில் சேர்க்கிறார்கள்.

அவரை சோதிக்கும் மருத்துவர் நாஷுக்கு பேரனாய்ட் ஸ்கிஷோஃப்ரெனியா என்றும் அவர் சொல்லும் மனிதர்களும், ராணுவ உளவு வேலை, ரஷ்யர்கள் துரத்தல்கள் எதுவும் உண்மை இல்லை என்று சொல்கிறார். அனைத்தும் அவரது பொய் நம்பிக்கைகள். Delusions. அவர் கண்டவை அனைத்தும் காட்சித் திரிபு நிலைகள்.

அவர் மனைவி எல்லாவற்றையும் விசாரிக்க, சார்லஸ் என்று அறை நண்பனே இல்லை பிரிஸ்டனில் என்று தெரிகிறது. இன்சுலின் கோமா சிகிச்சை, மருந்துகள் என தீவிர சிகிச்சைக்கு பிறகு இயல்புக்கு திரும்புகிறார். மருந்துகளின் பக்க விளைவில் தாம்பத்திய உறவு பாதிக்கப்படுகிறது. மாத்திரைகளை உண்பதை ரகசியமாக நிறுத்த மீண்டும் நிழல் மனிதர்கள் நடமட்டமும் தொல்லையும் ஆரம்பமா கின்றன. மனைவியின் அன்பும், நண்பர்களின் ஆதரவும், நிழல் உலக மனிதர்களைத் தீவிரமாக ஒதுக்க நாஷ் எடுக்கும் முயற்சிகள் அவரைக் கரை சேர்க்கின்றன.

இறுதிக் காட்சியில் அவர் தள்ளாத வயதில் கவுரவிக்கப்படுகையில் மனைவியின் அன்புதான் தன் வாழ்க்கையின் பெரும் சக்தி என்று சொல்கிறார். மனைவியின் நெகிழ்ச்சியுடன் முடிகிறது படம்.

மேதமைக்கும் மனப்பிறழ்வுக்கும் இடையில் அவதிப்படும் மனதைத் திரையில் தன் உடல் மொழியால் அற்புதமாகக் காட்டியிருப்பார் ரஸல் க்ரோ.

அளவிட முடியாத infinity யை எப்படி அளவிடுவீர்கள் என்று காதலி கேட்க அது ஒரு நம்பிக்கைதான் என்பார் நாஷ். காதலும் அப்படித்தான் என்று தன் காதலை வெளிப்படுத்துவார் என்பாள் காதலி.

ஒரு நோயின் தாக்குதலில் வாழ்வின் அனைத்தையும் இழந்து பின் அசாத்திய சக்தியில் மீண்டு வருவதுதான் நிஜமான ஹீரோயிசம். அன்பும் புரிதலும் நோயின் கொடுமையையும் வாழ்வின் வலிகளையும் எதிர்கொள்ள உதவும். அவற்றை அந்தப் பலவீனமான காலத்தில் பெறுபவர்கள் பாக்கியசாலிகள்.

ஜான் நாஷ் வாழ்க்கையை முழுவதும் சரியாகக் காட்டவில்லை என்ற குற்றச்சாட்டு பற்றி படித்தேன். எனக்கும் படத்தில் ஒரு தவறு தெரிந்தது. இல்லாத மனிதர்களைப் பார்க்கும் விஷுவல் ஹேலுசினேஷன்ஸ் அவரது வியாதியான பேரனாய்ட் ஸ்கிஷோஃப்ரெனியாவில் கிடையாது. பெரும்பாலும் ஆடிட்டரி ஹேலுசினேஷன்ஸ் எனப்படும் உள்ளிருந்து ஒலிக்கும் குரல்கள்தான் இருக்கும். ஆனால், இவையெல்லாம் படைப்பாளியின் creative license என்று சொல்லலாம்.

ஒரு நிஜக்கதையை நிழலில் சொல்லும்போது கொஞ்சம் கூட்டியும் குறைத்தும் சொல்ல வேண்டித்தான் வரும். ஆனால் மன நோயை நேர்மையாக, மிகைப்படுத்தாமல், இயல்பாக, குறிப்பாக நம்பிக்கை ஊட்டக்கூடிய முடிவுடன் காட்டிருப்பது பாராட்டுதற்குரியது.

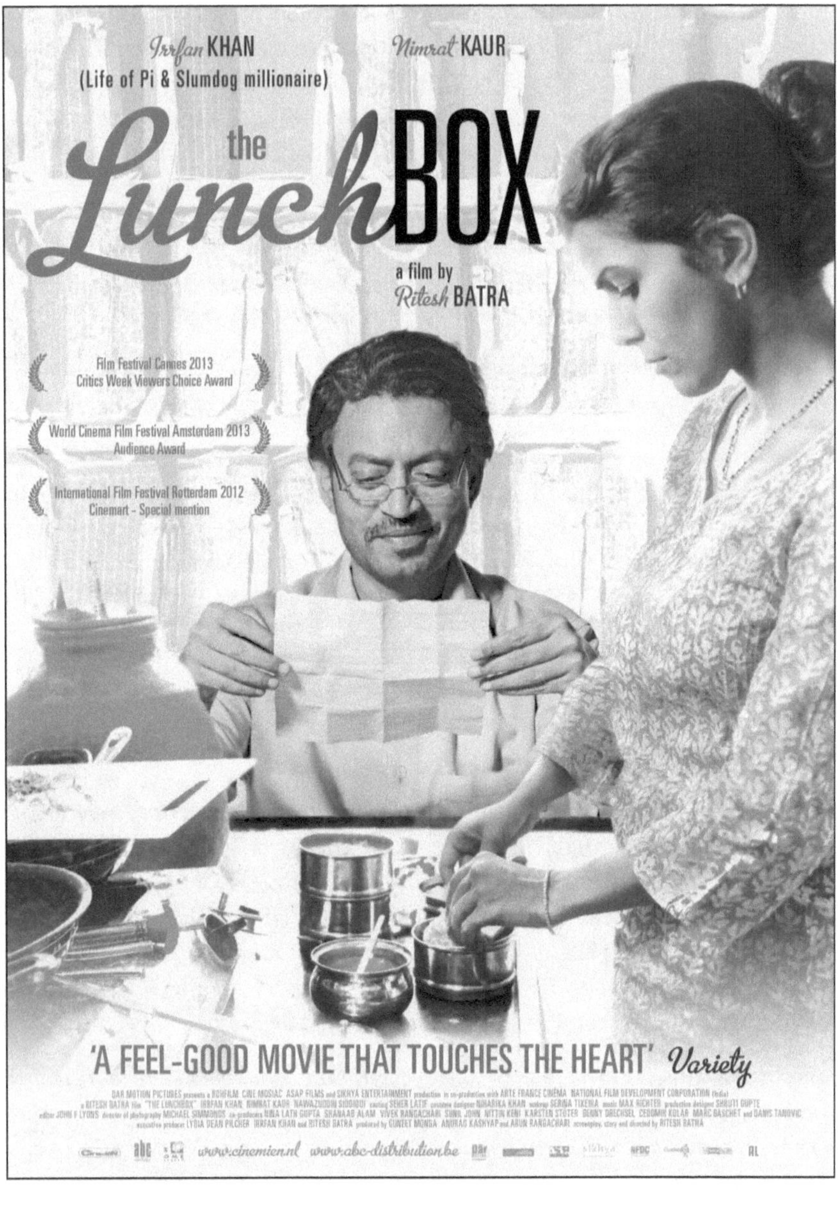
Irrfan KHAN
(Life of Pi & Slumdog millionaire)
Nimrat KAUR
the LunchBOX
a film by
Ritesh BATRA
Film Festival Cannes 2013
Critics Week Viewers Choice Award
World Cinema Film Festival Amsterdam 2013
Audience Award
International Film Festival Rotterdam 2012
Cinemart - Special mention
'A FEEL-GOOD MOVIE THAT TOUCHES THE HEART' Variety
www.cinemien.nl
www.abc-distribution.be

18

தவறான ரயில்கள், சரியான நிலையங்கள்!

தி லன்ச் பாக்ஸ்

டப்பாவாலாக்கள் மும்பையின் தவிர்க்க இயலாத அடையாளம். சிக்ஸ் சிக்மா தரத்தில் செயல்படுவதாக அமெரிக்க ஜனாதிபதி முதல் ஹார்வர்ட் பல்கலைக்கழகம் வரை அவர்களைப் பாராட்டாத அமைப்புகளே இல்லை. மதிய உணவுக்கான டிபன் பாக்ஸை முன் பகலில் வீடு வந்து வாங்கிச் சென்று, அலுவலகத்தில் சேர்த்து, பிற்பகலில் மீண்டும் வீட்டில் டப்பாவைக் கொடுக்கும் மகத்தான பணி அது. லட்சக்கணக்கான டிபன் பாக்ஸுகளை சைக்கிளிலும் ஓடும் ரயிலிலும் வெயில், மழை பாராது, நேரம் தவறாது சேர்க்கும் இவர்களின் நிர்வாகம் பற்றி நிறைய ஆவணப்படங்கள் உண்டு.

அப்படி ஒரு ஆவணப்படம் எடுக்க நினைத்துத்தான் குறும்பட இயக்குனர் ரித்தேஷ் பாத்ராவும் ஆராய்ச்சியில் இறங்கினார். தவறுதலாக ஒரு டிபன் பாக்ஸ்கூட மாறி வேறொருவருக்குப் போய்ச் சேராது என்பதுதான் அவர்களின் சிறப்பம்சம். அப்படி ஒரு டிபன் பாக்ஸ் மாறினால்? இந்த what if சிந்தனைதான் தி லன்ச் பாக்ஸ் கதையின் விதை.

சாஜன் ஃபெர்னாண்டஸ் ஓய்வு பெறும் வயதிலுள்ள அரசுப் பணியாளர். மனைவியை இழந்தவர். தினம் மெஸ்ஸிலிருந்து மதிய சாப்பாடு வரும். கடந்த காலக் கசப்பும், தனிமையும், அரசுப் பணி சொல்லித் தந்த இறுக்கமுமாக தினசரி நடவடிக்கைகளில் வாழ்க்கையை நகர்த்தி வருகிறார்.

இலா இளம் இல்லத்தரசி. சலிப்புத் தட்டும் திருமண வாழ்க்கையில் மகளைப் பள்ளிக்கு அனுப்புவதும் கணவனுக்குச் சமையல் செய்து டப்பாவில் அடைத்துக் கொடுப்பதும்தான் அன்றாடக் கடமைகள்.

மேல் வீட்டு ஆண்ட்டி அறிவுரையில் தினுசு தினுசாக ருசியாகச் சமைத்து அனுப்புகிறாள் கணவனுக்கு. அவனின் அலட்சியத்தைக் கலைக்க அவன் கவனம் பெறத் தன் சமையல் உதவும் என்று நம்புகிறாள்.

ஒரு நாள் இலாவின் டிபன் பாக்ஸ் சாஜனுக்கு தவறுதலாகப் போய் விடுகிறது. வெகு வருடங்களுக்குப் பிறகு நல்ல வீட்டு உணவை நுகர்ந்த சாஜன் ருசித்துச் சாப்பிடுகிறார். முழு டிபன் பாக்ஸையும் துடைத்து காலி செய்து அனுப்புகிறார், கணவர் ரசித்துச் சாப்பிட்ட மகிழ்ச்சியில் விசாரிக்க, சாப்பாடு ஆள் மாறிப் போயிருப்பது தெரிகிறது. தான் சிரத்தையுடன் செய்து அனுப்பிய உணவை ரசித்ததற்காக மறு நாள் தன் கணவனின் பிடித்த உணவைச் செய்து அனுப்புகிறாள். ஒரு சிறு கடிதத்துடன். சாஜன் பதில் எழுதி அனுப்பக் கடிதங்கள் தொடர்கின்றன.

மனைவியில்லாத தனிமையில் உள்ள சாஜனுக்கு, தனிமையில் வாடும் இலா மூலம் தன் கடந்த காலப் பொறுப்பின்மை புலப்படுகிறது. தினம் மின் விசிறியைப் பார்த்தே தன் சலிப்பான வாழ்க்கையைப் பகிரும் இலாவுக்கு சாஜன் நம்பிக்கை கூறுகிறார். கணவன் உடலாலும் மனதாலும் விலகிப் போவதை உணர்கிறாள். பூடான் போன்ற தேசத்துக்கு மகிழ்ச்சி தேடிப் போவதாக இலா எழுத, ‘‘ நானும் வரவா?’’ என்று பதில் வருகிறது.

ஒரு உணவு விடுதியில் மதிய நேரம் சந்திக்கத் திட்டமிடுகிறார்கள். உலாவை தூரத்திலிருந்து பார்த்த சாஜன் அவள் இளமை, அழகு, அவளுக்கும் தனக்கும் உள்ள வயது வித்தியாசம் எல்லாம் கணக்கிட்டு அவளைச் சந்திக்காமல் வந்துவிட, கோபத்தில் மறு நாள் காலி டிபன் பாக்ஸ் அனுப்புகிறாள். நிஜம் சொல்லி ஓய்வுக்குப் பிறகு நாசிக் கிளம்புகிறார். சாஜன் அலுவலகம் தேடி வந்து பார்த்த இலா ஏமாற்றத்துடன் திரும்புகிறாள். தன் வாழ்வின் வெறுமையை உணர்ந்த இலா கணவனைப் பிரிந்து கிளம்புகிறாள். அதே நேரம் இலாவைத் தேடி நாசிக்கிலிருந்து மீண்டும் மும்பைக்கு சாஜன் வருகிறார். ரயிலில் டப்பாவாலாக்கள் பாடலுடன் படம் முடிகிறது.

சாஜனின் வேலையை நிரப்ப வந்த இளைஞன், முகம் காட்டா மாடி வீட்டு ஆண்ட்டி, இலாவின் அம்மா, கணவன், சாஜனின் மேலதிகாரி என அனைவரும் நாம் தினசரி சந்திக்கும் அச்சு அசலான கதாபாத்திரங்கள். மும்பை வாழ்க்கையின் குறுக்கு வெட்டை மிகச் சில காட்சிகளிலேயே பதிவு செய்வதின் மூலம், தான் ஒரு சிறந்த படைப்பாளி என்பதை நிரூபிக்கிறார் ரித்தேஷ் பாத்ரா. ரயிலில் சமையலுக்கு காய் வெட்டியவாறு செல்வது, அரசாங்க அலுவலத்தின்

மதிய உணவு நேரம், இரவில் புகைத்தவாறு கடைச் சாப்பாட்டை பிளாஸ்டிக் பைலிருந்து வழித்தெடுப்பது, மேல் மாடியிலிருந்து மசாலாத்தூள் பால்கனி வழியாக தூளியில் வருவது என உணவைக் குறியீடாகக் கொண்டே கதா மாந்தர்களின் இயல்பையும் அவர்கள் வாழ்க்கையையும் விவரிக்கிறார் இயக்குனர்.

நகரம் மனிதர்களைக் கூட்டமாக ஓரிடத்தில் அடைக்கும். அதே நேரம் தனிமைப்படுத்தும். கிராம வீடுகளில் அறைகள் குறைவு. மனிதர்கள் அதிகம். நகரங்களில் சிறு அளவில் நிறைய அறைகள். அதில் அடைந்து கொள்ளும் குறைவான மனிதர்கள். அன்றாட நிர்பந்தங்களால் பின்னப் பட்ட வாழ்க்கையில் கைதிகள்போல வாழ்கிறார்கள். யோசிக்க நேரமில்லாமல் ஓட வேண்டும். யோசிக்க நேரம் கிடைத்தால் விரக்திதான்.

திருமணத்துக்குள் தனிமைப்படுகையில் எல்லாம் இருந்தும் எதுவும் இல்லாத நிலை வருகையில் அந்த அமைப்பு பற்றிய நம்பிக்கை குலைகிறது. ஒரு சிறு புன்னகை, தீண்டல், பரஸ்பர நகைச்சுவை, இருவருக்கும் பொதுவான காரியங்கள் இல்லாதபோது அலுவலகில் உள்ள சக பணியாளர்போல வாழ்க்கைத் துணையை உணர்வில்லாமல் பார்க்கும் மனோபாவம் ஆபத்தானது. அன்பு, மரியாதை, புரிதல் பற்றி இயல்பான எதிர்பார்ப்புகள் ஒருவருக்கு மறுக்கப்பட்டாலும் அது அந்த உறவை விரிசலடையச் செய்கிறது. அப்போது எங்கிருந்தோ வரும் மெல்லிய நூலிழையைக்கூடப் பற்றிக்கொள்ள வைக்கிறது.

முகம் பார்க்காமல், குரல் கேட்காமல், வெறும் காகிதக் கடிதங்கள் மூலம் ஒரு அழகான உறவினில் இணைவது இதனால் தான். கவர்ச்சி, காமம், கனவு இல்லாமல் ஒரு காதல் உறவு ஏற்படுகிறது. அது காதலா என்றும் தெரியவில்லை. வருங்காலம் பற்றிய திட்டம் இல்லை. ஆனால் இருவரும் தங்களை அடுத்தவர் மூலம் உணர்கிறார்கள்.

ஒருவர் மீது காதல் கொள்வதே தன்னை அறியத்தானோ?

தவறான ரயில்கள் கூடச் சரியான ரயில் நிலையங்களுக்கு இட்டுச் செல்கின்றன என்று ஒரு வசனம் வரும். அது தரும் தாக்கம் அபரிமிதமானது.

இர்ஃபான் கான், அனுராக் காஷ்யப், கரன் ஜோஹர், என்.எஃப்.டி.சி மற்றும் பிரெஞ்சு, ஜெர்மானிய அமைப்புகள் சேர்ந்து தயாரித்து உலகில் 30 மொழிகளுக்கு மேல் மொழி மாற்றம் செய்து பெரும் வெற்றி, வசூல், விருதுகள் கண்ட படம் இது. இர்ஃபான் கானின் மிகைப்படாத அழுத்தமான நடிப்பும், நிம்ரத் கவுரின் இயல்பான உடல் மொழியும், நவாசுதீன் சித்திக்கின் வித்தியாசப் பங்களிப்பும் படத்தை ஒரு உலகளாவிய தளத்துக்கு இட்டுச்செல்கிறது.

YASH CHOPRA PRESENTS
VIJAYANTI
CHAKDE!
INDIA
DIRECTOR: SHIMIT AMIN
PRODUCER: ADITYA CHOPRA

19

எதிரிகள் ஏன் தேவை?

சக் தே இந்தியா

விளையாட்டு உளவியலை எனக்கு அறிமுகப்படுத்தியவர் சாண்டி கேர்டன். எம்.ஆர்.எஃப். பேஸ் பவுண்டேஷனுக்காகக் கோச்சுகளுக் காகப் பயிற்சி எடுத்தபோது நான் அவருக்கு உதவினேன். ஆட்டக் காரர்களுக்கு அவர்கள் விளையாடும்போது களத்தில் ஏற்படும் பிரச்னைகளுக்கு உளவியல் ஆலோசனை வழங்குவார்.

குறுகிய காலத்தில் ஒரு ஆட்டக்காரரின் மனதை ஆலோசனை மூலம் எப்படி நிலைப்படுத்துவது என்கிற வித்தையை அவரிடம்தான் கற்றேன். விளையாடும்போது கண நேரத்தில் மனதில் ஏற்படும் மாறுதல்கள் எப்படி விளையாட்டைப் பாதிக்கும் என்பதைக் கண்கூடாகப் பார்த்தேன்.

ஒரு கணத்தில் ஏற்படும் சிறு பிழை அந்த விளையாட்டை மட்டும் அல்ல விளையாடுபவரின் வாழ்க்கையையே கூடப் புரட்டிப் போடலாம். அப்படி ஒரு சம்பவம்தான் கபீர் கானுக்கு நடந்தது. இந்தியாவும் பாகிஸ்தானும் ஆடும் உலகக் கோப்பை ஹாக்கி போட்டியில் வெற்றியைத் தீர்மானிக்கும் அந்த பெனால்டி ஷாட்டைத் தலைமைப் பொறுப்பில் உள்ள தானே ஏற்க, மொத்த உலகின் பார்வையும் கபீர் கான் மீது. பதற்றம் தந்த கவனத் தளர்ச்சியில் அந்த எளிதான வாய்ப்பைத் தவறவிடுகிறார். விளைவு: அவமானமான தோல்வி.

துவண்டிருக்கும் நிலையிலும் எதிர் அணித் தலைவரைக் கை குலுக்கிப் பாராட்டியதை ஒரு புகைப்படக்காரர் படம் பிடிக்க, கபீருக்குத்

துரோகிப் பட்டம் கிடைக்கிறது. முஸ்லிமான கபீர் பாகிஸ்தான் அணியிடம் விலை போய்விட்டதாகக் கொந்தளிப்பு. தோல்வியின் வலியும், துரோகப் பட்டமும், புறக்கணிப்பும் ஒன்றாகத் தாக்கத் தன் சொந்த வீட்டை விட்டுத் தாயுடன் வெளியேறுகிறார் கபீர் கான்.

ஏழு ஆண்டுகள் விளையாட்டை விட்டு விலகினாலும் மனம் தகுந்த வாய்ப்புக்காகக் காத்திருக்கிறது. பெண்கள் ஹாக்கி அணியின் கோச்சாகும் வாய்ப்பு கிடைக்கிறது. பெண்கள் ஹாக்கி மீது நம்பிக்கை இல்லாதிருந்த ஹாக்கி சங்கத்திடம் உலகக் கோப்பைக்கு அவர்களைத் தயார் செய்யலாம் என்று கபீர் சொல்லும்போது யாரும் அதை நம்பவில்லை. பின் ஆடவர் அணியுடன் ஒரு ஆட்டம் ஆடி கடினமான சவால் விடுத்ததும் ஹாக்கி சங்கம் உலகக் கோப்பைக்குப் பெண்கள் அணியை அனுப்பச் சம்மதிக்கிறது.

16 மாநில வீராங்கனைகள் கொண்ட பெண்கள் அணியோ ஒற்றுமை யில்லாமல் கிடக்கிறது. மூத்த வீராங்கனைகளின் ஆணவம், மாநிலப் பற்று, கலாச்சார மற்றும் மொழி வேற்றுமைகள் என அவர்களை ஒன்று சேர்ப்பதுதான் முக்கியச் சவாலாக இருந்தது.

கபீரின் கண்டிப்பான நடத்தை அவர்களை வெறுப்பேற்றுகிறது, எல்லோருக்கும் பொது எதிரியாகக் கபீர் தென்பட்ட அந்தக் கணம்தான் அவர்களை ஒன்று சேர்க்கிறது. பின் அவர் மனம் அறிந்து அனைவரும் அவர் வழிகாட்டலில் அணி திரள்கிறார்கள்.

உலகக் கோப்பையில் யாரும் எதிர்பாராத வண்ணம் ஒவ்வொரு ஆட்டமாய் முன்னேறி இறுதிச் சுற்றில் ஆறு முறை வென்ற ஆஸ்திரேலியாவை வீழ்த்திக் கோப்பையை வெல்கிறது இந்தியா!

ஒரு உலகக் கோப்பையின் கடைசி நேரத் தவறில் தன் வாழ்வின் மேன்மையைத் தொலைத்த கபீர் கான் பெண்கள் அணியின் சாதனை மூலம் அதை மீட்டெடுக்கிறார். ஷமித் அமீனின் எளிமையான கதை சொல்லலிலும், ஷாரூக் கானின் அதியற்புத நடிப்பிலும் படம் கம்பீரமாய் நிற்கிறது.

இந்தத் திரைப்படத்தை என் நிர்வாகப் பயிற்சிகளில் அதிகம் மேற்கோள் காட்டுவதற்குக் காரணம் இந்தப் படத்திலுள்ள நுட்பமான நிறுவன உளவியல் பாடங்கள்தான்.

மூன்று முக்கிய விஷயங்களை மட்டும் இங்கு காணலாம்.

1. ஒவ்வொரு குழுவும் தோன்ற, நிலையாய் இருக்க, ஒரு பொது எதிரி (அல்லது பொதுக் காரணம்) தேவை. டி.வி.எஸ் கம்பெனிகளுக்கு

''தரக் கட்டுப்பாடு'' என்பதுதான் பொதுக் காரணம். தெளிவான, பலமான பொது எதிரி இல்லாமல் குழுக்கள் உருவாகாது.

அப்படித் தோன்றினாலும் காலாகாலத்துக்கும் நிலைக்க முடியாது. தொடர்ந்து ஒரு பொதுக் காரணத்தைத் தக்க வைக்கவேண்டும். இந்தப் படத்தில் முதலில் தானே எதிரியாகத் தோற்றம் தந்து, பின்னர் கோப்பையைப் பொதுக் காரணமாக்கியது அந்தக் குழுவைக் கட்டுக்கோப்பாகக் கடைசி வரை வைக்க உதவியது.

2. ''யதா ராஜா ததா ப்ரஜா'' என்பது போலத் தலைமை முக்கியம். இங்கு ஆசானின் பங்கு எனச் சொல்லலாம். தோற்காமல் இருக்க விளையாடுவதும், முடிந்த மட்டும் விளையாடுவதும், எதிராளியை வீழ்த்த விளையாடுவதும், தன் குழு மானத்துக்காக விளையாடுவதும் வேறு வேறு மன நிலையில் ஆடும் ஆட்டங்கள். ஆசானின் மன அமைப்பும், தேவையும், நம்பிக்கையும்தான் குழுவின் ஆற்றலைச் சீரமைக்கிறது.

   இன்று நிறுவனங்களில் தலைமைப் பொறுப்புகளுக்கு நபர்களைத் தேர்வு செய்ய நிறைய உளவியல் ஆய்வுகள் செய்து எடுப்பதற்குக் காரணம் இதுதான். ஒரு குழுவை வழி நடத்திச் செல்ல நல்ல தலைமை மிக மிக முக்கியம். கபீர் கானின் தன்மானத் தாகம்தான் பெண்கள் அணியின் வெற்றிக்கு முக்கிய காரணம்.

3. நம்மிடம் உள்ள மக்கள் சிறப்பானவர்களாக இருக்க வேண்டியதில்லை. ஆனால் அவர்களிடமிருந்து சிறப்பான பங்களிப்பைக் கொணர முடியும்போது அந்தக் குழு ஜெயிக்கிறது. இந்த 16 பெண்களுக்கு உள்ளே ஏகப்பட்ட பிரச்னைகள். திருமணமாகிக் குடும்பத்தின் ஆதரவில்லாமல் போட்டிக்கு வந்தவர், தான் சீனியர் என்ற உணர்வில் அகந்தை காட்டுபவர், கட்டுக்கடங்கா கோபம் கொள்பவர், பாஷை தெரியாதவர்கள் எனப் பல குறைகளுடன் வருகிறார்கள். ஆனால் அவர்களைக் குழுப்படுத்தி அவர்களின் குறைகளை நிறையாக்குவதில்தான் வெற்றி சித்திக்கிறது.

நம்மிடம் இல்லாத திறமையா என்ன? ஆனால் அவை முறையாக நெறிப்படுத்தப்படுகின்றனவா? பொது காரணத்துக்குப் பயன் படுகிறதா? இந்தக் கேள்விகளை உங்கள் குடும்பம், கல்வி நிறுவனம், பணியிடம், அரசியல் கட்சிகள் என எல்லா இடங்களிலும் வைக்கலாம். இதன் பதில்கள் உங்களை அடுத்த கட்டத்துக்கு எடுத்துச் செல்லும். இந்த கேள்விகளைக் கேட்க வைக்கும் சக் தே இயக்குநருக்கு ஒரு சல்யூட் வைக்கலாம்!

Zindagi Na Milegi Dobara
EROS INTERNATIONAL &
EXCEL ENTERTAINMENT
PRESENT
DIRECTED BY ZOYA AKHTAR
PRODUCED BY RITESH SIDHWANI & FARHAN AKHTAR
15
JULY
CASTING NANDINI SHRIKENT COSTUME DESIGN ARJUN BHASIN PRODUCTION DESIGN SUZANNE CAPLAN MERWANJI MUSIC SHANKAR EHSAAN LOY LYRICS JAVED AKHTAR SOUND DESIGN BAYLON FONSECA
DIALOGUE FARHAN AKHTAR EDITOR ANAND SUBAYA EXECUTIVE PRODUCER SUNITHA RAM STORY AND SCREENPLAY REEMA KAGTI & ZOYA AKHTAR DIRECTOR OF PHOTOGRAPHY CARLOS CATALAN

20

பயணம் செய்தால் புதையல் கிடைக்கும்!

ஜிந்தகி நா மிலேகி துபாரா

மூன்று நண்பர்களின் கதை. கபீர் தனக்குத் திருமணம் நிச்சயமானதால் தன் இரு நண்பர்களுக்கு பேச்சிலர்ஸ் பார்ட்டி கொடுக்க நினைக்கிறான். ஸ்பெயின் நாட்டுக்குச் சென்று அங்கு ஒவ்வொருவருக்கும் பிடித்த வீர தீர சாகசம் ஒன்றைச் செய்ய வேண்டும். இதுதான் பொதுத் தீர்மானம். இம்ரான் உற்சாகமாகப் புறப்படுகிறான். அர்ஜுன் பணிச்சுமையால் முதலில் மறுத்துப் பின்னர் ஒப்புக்கொள்கிறான். அவர்களின் ஸ்பெயின் பயணம்தான் படம். ஒரு கேளிக்கைப் படம் போலத் துவங்கி வாழ்வியலை அழகாகச் சொல்கிறது ‘ஜிந்தகி நா மிலேகி துபாரா’.

பிரபலக் கவிஞர் ஜாவேத் அக்தர் கவிதைகள் படம் முழுதும் வருகின்றன. அவர் மகன் ஃபரான் அக்தர் மூன்று நாயகர்களின் ஒருவர். வசனமும் ஃபரான் எழுதியிருக்கிறார். மகள் ஜோயா அக்தர்தான் எழுதி இயக்கியிருக்கிறார். இந்தப் படத்தில் ஹிருத்திக் ரோஷன், கேத்ரினா கைஃப், அபய் தியோல் எனப் பெரிய நட்சத்திரங்கள் சாதாரண கதாபாத்திரங்கள் ஏற்று நிறைவாகச் செய்திருக்கிறார்கள்.

காதலியுடன் திருமணம் நிச்சயம் செய்யப்பட்டுவிட்டாலும் கல்யாணத்துக்கு முழுவதும் தயாராகாத கபீர், வேலையையே வாழ்க்கையாகக் கொண்டிருக்கும் அர்ஜுனுக்கோ பணம் சம்பாதிப்பது ஒன்றுதான் குறி. விளையாட்டுப் பிள்ளைபோல வரும் இம்ரான், தன்னையும் தன் தாயையும் விட்டுச் சென்ற தந்தையையும் இந்தப் பயணத்தில் சந்திக்க வேண்டும் என்ற எண்ணம். இவர்கள் பயணத்தில் குறுக்கிடுகிறாள் லைலா.

ஆழ் கடலில் நீந்தும் ஸ்கூபா டைவிங் என்றால் அர்ஜுனுக்கு பயம். அதை லைலா உதவியுடன் வெல்கிறான். அது அவனை லைலாவுடன் காதல் கொள்ள வைக்கிறது. லைலாவின் வருகையால் கபீரை சந்தேகப் படும் நடாஷா, திருமணத்துக்கு முன்பே மனைவியின் ஆக்கிரமிப்பு உணர்வை வெளிப்படுத்த முடியாமல் மூச்சுத் திணறுகிறான் கபீர். தன் தந்தையைக் கண்டு அவர் குடும்பத்தைப் பிரிந்த காரணத்தை அறிகிறான் இம்ரான்.

சாலைவழிப் பயணம் சாகஸத்துக்கு மட்டும் அல்ல, பல புதிய அனுபவங்களையும் அவர்களுக்குப் பெற்றுத் தருகிறது. சண்டையிடும் நண்பர்கள் ஒருவரை ஒருவர் புரிந்துகொள்கின்றனர். வாழ்க்கை என்பது இந்தத் தருணத்தில் முழுவதுமாய் வாழ்ந்து தீர்ப்பதுதான் என்று புரிந்து கொள்கிறார்கள்.

பணத்துக்காக ஓடிய அர்ஜுன் செல்போனை வைத்துவிட்டுக் காதலியுடன் வானம் பார்த்து ரசிக்கிறான். காதலையும் வாழ்க்கையையும் சுதந்திரத்தோடும் இயல்போடும் அணுகும் லைலாவால் தன் வாழ்க்கையைப் புதுப்பிக்கிறான். நிராகரிப்பின் வலியைத் தந்தை மூலம் உணர்ந்த இம்ரான், நண்பனுக்கு இழைத்த தவறுக்கு மனதார மன்னிப்பு கேட்கிறான். தான் திருமணத்துக்குத் தயாராக இல்லை என்பதை அறிந்த கபீர், தன் கல்யாண ஏற்பாட்டை நிறுத்துகிறான். தன் காதலியை மனைவியாக்குவதைவிடத் தோழியாக்குவதே சரி என்று உணர்கிறான்.

ஒவ்வொரு சாகஸ விளையாட்டும் ஒரு குறியீடாகப் பயன்படுகிறது. ஆழ்கடலில் நீச்சல் அடிப்பது, விமானத்திலிருந்து குதித்துப் பாரா சூட்டில் பறப்பது, காளைகள் துரத்த ஓடுவது என ஒவ்வொரு விளையாட்டிலும் கதை முன்னேறுகிறது.

வாழ்க்கை ஒருமுறைதான்; அந்த வாழ்க்கையில் தனக்கு என்ன வேண்டும் என்று தெரிந்துகொள்வது முக்கியம். வாழ்வின் நோக்கம் அறிதல் கொடுப்பினை. அது இவர்களுக்கு ஒரு சாலைவழிப் பயணத்தில் கிடைத்துவிடுகிறது.

2011-ல் வெளியாகி விருதுகளையும் பாராட்டுகளையும் வசூலையும் குவித்த படம் இது. கதைக்களமாக ஸ்பெயின் தேசத்தைத் தேர்ந் தெடுத்தது புத்திசாலித்தனம். ரம்மியமான இயற்கைக் காட்சிகள், கலாசாரத்தில் தோய்த்தெடுத்த கேளிக்கைகள், விளையாட்டுகள் என இந்தப் படத்தை ஸ்பெயின் தேசம் வண்ணமயமாக்கிவிடுகிறது. குறிப்பாக அந்தத் தக்காளித் திருவிழா. ஹோலி பண்டிகை போலப் பொடிக்குப் பதில் தக்காளி தாக்குதல்.

ஒரு சாதாரண ரோட்மூவி போலத் தோன்றும் இந்தப் படத்தில் யோசிக்க வைக்கும் விஷயங்கள் உண்டு. எதற்கும் நேரமில்லாமல் ஓடிச் சம்பாதித்து விட்டு நாற்பது வயதுக்கு மேல் உட்கார்ந்து வாழ்க்கையை அனுபவிக்கணும் என்று நினைக்கிற இளைஞர்கள் பெருகி வருகிறார்கள். நாற்பது வயது வரை வாழ்வோம் என்பதற்கு என்ன உத்தரவாதம்? வாழ்வது என்பது நாளைய இலக்கு நோக்கி ஓடுவதா அல்லது இன்றைய பயணத்தை ரசிப்பதா?

மைண்ட்ஃபுல்னெஸ் என்ற நிலையை அறிய விப்பாசனா போன்ற பயிற்சிகள் உண்டு. புத்தர் கூறியதுபோல நேற்று, இன்று என்ற நிலைகளில் இயங்கி வரும் மனதை இன்றைய செயல்களில் பூரணமாக ஈடுபடுத்துவதுதான் அது. ஒருகோப்பைத் தேநீர் குடிப்பதாக இருந்தாலும், கை குலுக்கலாக இருந்தாலும், காய் நறுக்குவதாக இருந்தாலும் மனம் லயித்துச் செய்யும்போது ஒரு தெய்விகத் தன்மை கிட்டுகிறது. அதுபோலச் சுற்றுலாப் பயணமும் மனதை ஒருமுகப் படுத்தும். நேற்றைய பாரங்களையும் நாளைய பயங்களையும் நீக்கும். புனித யாத்திரை என்ற தனிச்சொல் எதற்கு? யாத்திரை என்றாலே புனிதம்தானே?

துறவிகளும், ஞானிகளும், படைப்பாளிகளும், பக்தர்களும் தங்களை அறிந்துகொள்ள, புதுப்பித்துக்கொள்ளப் பயணங்கள் உதவுகின்றன. இன்று நம் தேசத்திலும் சுற்றுலா செல்வோர் எண்ணிக்கை அதிகரித்து வருகிறது. இடங்களைப் பார்க்கும் அவசரத்தில் ஓடாமல் பாதைகளை ரசிக்கும்போது மனம் கரைந்து ஆன்மிக அனுபவமாகிறது.

வேலையில் மனஅழுத்தம் உள்ளவர்கள் இலக்கில்லாமல் ஒரு நான்கு நாட்கள் சுற்றி வந்தால் அந்தப் புது அனுபவம் புலப்படும். வாழ்க்கை இரண்டாம் முறை வாழக் கிடைக்காது என்பதுதான் இந்தத் திரைப்படத் தலைப்பின் அர்த்தம். இந்துக்களுக்கு மறுபிறவி நம்பிக்கை இருக்கலாம். இருக்கட்டும். இந்தப் பிறவியை முழுவதுமாக வாழ்வோமே. இந்தக் கதாமாந்தர்கள் மூவரையும்போலக் கடந்த காலத்தின் பாரம் துறந்து, தங்கள் நோக்கம் அறிந்து நிகழ் காலத்தை முழுவதுமாக வாழலாமே.

facebook®
the social network
YOU DON'T GET TO 500 MILLION FRIENDS WITHOUT MAKING A FEW ENEMIES
IN THEATERS OCT 1
COLUMBIA PICTURES
A SCOTT RUDIN\ MICHAEL DE LUCA\ TRIGGER STREET PRODUCTION A DAVID FINCHER FLIM
"THE SOCIAL NETWORK" JESSE EISENBERG ANDREW GARFIELD JUSTIN TIMBERLAKE ARMIE HAMMER MAX MINGHELLA
PRODUCED BY SCOTT RUDIN DANA BRUNETTI MICHAEL DE LUCA CEAN CHAFFIN DIRECTED BY DAVID FINCHER
SONY

21

வலை விரித்தவனின் கதை!

தி சோஷியல் நெட்வொர்க்

முகநூல் நிறுவனர் மார்க் ஸுக்கர்பெர்க்கின் வாழ்க்கைக் கதையே 'தி சோஷியல் நெட்வொர்க்'. பென் மெஸ்ரிக்கின் நாவலுக்கு ஆரோன் சோர்கின் திரைக்கதை அமைக்க இந்தப் படத்தை இயக்கியிருப்பவர் டேவிட் ஃபின்செர். இந்தப் படத்துக்கு மூன்று ஆஸ்கர் விருதுகள் கிடைத்தன. சிறந்த திரைக்கதை விருது அதில் ஒன்று.

பணக்காரர்கள் வாழ்க்கையில் எட்டிப் பார்க்கும் மனோபாவம் நம் எல்லாருக்கும் உண்டு. அதனால்தான் பணக்காரர் பற்றிய கதை என்றால் உடனே படிக்கிறோம். 'தி ஆக்சிடெண்டல் பில்லியனர்ஸ்' என்ற புத்தகத்துக்கு அதனாலேயே பெரும் வரவேற்பு கிடைத்தது. மார்க் ஸுக்கர்பெர்க் உலகின் மிக இளம் பில்லியனர். எனவே அவர் எப்படி ஜெயித்தார் என்று தெரிந்துகொள்வதில் எல்லாருக்கும் ஆர்வம் இருந்தது.

இன்று வாட்ஸ் அப்பை வாங்கி விழுங்கிய ஃபேஸ்புக்கின் வீச்சும் வியாபாரமும் நமக்குத் தெரியும். ஆனால், இப்படி ஒரு சமூக வலைதளம் அமைக்க முடியும் என்று எப்படி எண்ணம் வந்தது? அதை இவ்வளவு பெரிய வியாபாரமாக மாற்ற முடியும் என்ற நம்பிக்கை எப்படி வந்தது? கடந்து வந்த தடைகள் என்ன? 'தி சோஷியல் நெட்வொர்க்' மார்க் ஸுக்கர்பெர்க்கின் கதையை ஒரு ஜன்னலின் வழியாக நமக்குக் காட்டுகிறது.

இதை ஒரு நிர்வாகப் படம் என்றோ, தன்னம்பிக்கை பற்றிய படம் என்றோ, வியாபார நுணுக்கங்கள் நிறைந்த படம் என்றோ நினைத்துப் பார்க்காதீர்கள். இது ஒரு தனிமனிதனின் வியாபாரப் பயணம் பற்றிய

படம். இதில் ஆசை, அறிவு, தொழில்நுட்பம், காதல், நட்பு, துரோகம், விரோதம், போட்டி என அனைத்தும் உண்டு. கதையைவிடச் சொல்லப் பட்ட விதத்தில் இது நல்ல திரைப்படமாகிறது.

காதலியின் நிராகரிப்பில் எரிச்சலடைகிறான் மார்க். உறவுகளைப் பக்குவமாகக் கையாளத் தெரியாத அவள், பிரிந்து செல்வதன் நியாயத்தைப் பார்க்கவில்லை. அவளைப் பழிவாங்க அவள் புகைப் படத்துடன் தன் பிளாக்கில் அவள் உருவ அழகைக் கொச்சைப்படுத்திப் பதிவேற்றம் செய்கிறான். பின் ஃபேஸ்மேஷ் என்று ஒரு தளத்தை உருவாக்கி அவர்கள் படிக்கும் ஹார்வர்ட் பல்கலைக்கழகப் பெண்களின் படங்களைப் பதிவேற்றம் செய்து வலைதளத்துக்கு வருகை தரும் ஆண்களை மதிப்பிடச் செய்கிறான்.

ஃபேஸ்மேஷின் பிரபல்யம் மார்க் ஸுக்கர்பர்கை நோக்கி மூலதனம் செய்யத்தக்க பணக்காரர்களை இழுத்துவருகிறது. ஹார்வர்ட் கனெக்ஷன் எனும் வளாகத்தில் உள்ள ஆண் பெண்களுக்கான டேட்டிங் தொடர்பை உருவாக்கித் தரும் வலைதளத்தை உருவாக்கச் சொல்கிறார்கள்.

அவர்களிடம் சம்மதித்த பின், தன் நண்பர்களிடம் தி ஃபேஸ்புக் எனும் மாணவர்களுக்கான வலைதளம் அமைக்கும் எண்ணத்தைக் கூற 1000 டாலர் நிதி கிடைக்கிறது. ஏல், கொலம்பியா, ஸ்டான்ஃபோர்ட் என்று பல முன்னணி பல்கலைக்கழக மாணவர்கள் மத்தியில் பட்டையைக் கிளப்புகிறது இந்த வலைதளம். ஸ்னாப்டீல் கம்பெனியின் நிறுவனர் இந்தப் புது வலைதளத்துக்கு ''ஒரு பில்லியன் டாலர்'' கனவு வேண்டும் என்று சொல்லி ''தி'' யை வெட்டி வெறும் ஃபேஸ்புக் என ஆக்கச் சொல்கிறார். பின் நடந்தவை அனைத்தும் சரித்திரம்.

இதற்கிடையில் ஃபேஸ்புக்கின் வியாபாரக் கரு தங்களுடையது என்று வழக்குத் தொடர்கிறார்கள் ஹார்வர்ட் கனெக்ஷன் தளத்துக்கு மூலதனம் செய்தவர்கள். நிறுவனம் ராட்சஸத்தனமாக வளரும்போது தன்னுடன் நிறுவனத்தை வளர்த்த நண்பனின் பங்குகளை நீர்க்கச் செய்து அவனை வெளியேற்றம் செய்கிறான் ஸுக்கர்பர்க். இரண்டு வழக்குகளின் இடையில்தான் மொத்தப் படமும் சொல்லப்படுகிறது.

இறுதியில் நீதிமன்ற உத்தரவின் பேரில் இரு தரப்புக்கும் இழப்பீடு வழங்கப்படுகிறது. மார்க்கின் மனோபாவம் வழக்கறிஞர்களையும் நீதிபதிகளையும் எரிச்சலடையச் செய்கிறது. தீர்ப்பாகும் நேரம் மார்க் ஒருவருக்கு ஃப்ரெண்ட் ரிக்வெஸ்ட் கொடுத்த வண்ணம் இருக்கிறான்.

25 பில்லியன் டாலர் மதிப்பீட்டில் 200 நாடுகளில் 500 மில்லியன் உறுப்பினர்களைக் கொண்டதாகவும் மார்க் ஸுக்கர்பர்க்தான் உலகின் மிக இளைய பில்லியனர் என்றும் கூறிப் படம் முடிகிறது.

‘தி சோஷியல் நெட்வொர்க்’ படம் எனக்குத் தனிப்பட்ட முறையில் பல பாடங்களை உணர்த்தியது. உங்களுக்கும் அவை சம்மதமா என்று பாருங்கள்.

1. சமூகத் திறன் அதிகம் இல்லாத ஒருவன் சமூக வலைதளம் அமைத்து வெற்றிபெற்றது ஒரு முரண்நகை. வரும் தலைமுறைக்கான ஆளுமையை அது சித்திரிப்பது போலவும் எனக்குப் பட்டது. தன் காதலி, நண்பன், முதலீட்டாளன் என்று எந்த மனிதரிடமும் இணக்கமாக இல்லை. வியாபார வெற்றியும், பணமும் அவரை மாற்றியதாகத் தெரியவில்லை. சுற்றி வாழும் மனிதர்கள் மேல் உறவில்லாமல் வாழும் மனிதனின் ஆளுமையைப் படம் நிஜமாகக் காட்டியுள்ளது. பொருளாதார வெற்றிபெற்ற மனிதர்களின் பிழைகளை அறிவது முக்கியம்.

2. ஒரு சமூக வலைதளம் உருவாக்குவது என்று முடிவுசெய்து, அந்தத் திசையிலேயே தன் தன் எண்ணம், பேச்சு, செயல் எனத் தனது சக்தி முழுவதையும் கூர்மையாகச் செலுத்தியது வெற்றிக்கு முக்கியக் காரணம். ஆறு மாதத்துக்கு ஒருமுறை புது வியாபாரத்தைப் பரீட்சித்துப் பார்க்கும் பலர் எதிலும் வெற்றிபெறாதது ஏன் என்று புரிந்துகொள்ளலாம்.

3. கல்வி வளாகங்களின் கலாசாரங்கள் வியாபார எண்ணங்களைச் செழிப்பாக ஊக்குவித்தால் நிறைய வெற்றியாளர்கள் உருவாவது உறுதி. ஹார்வர்ட், ஸ்டான்ஃபர்ட் போன்ற பல்கலைக்கழகங்கள் படிப்பைப் போலவே தொழில் முயற்சிகளுக்கும் முக்கியத்துவம் தருகின்றன. ஆனால், நம் ஊரிலோ ஐ.ஐ.டி/ஐ.ஐ.எம்-கள்கூடப் படித்துவிட்டு வேலை தேடும் கூட்டத்தைத்தான் வளர்த்துக் கொண்டிருக்கின்றன.

4. தான் நம்புவதில் மிக உறுதியாக இருப்பது சுய தொழில் செய்பவரின் மரபணுக்களில் இருக்க வேண்டும். எல்லா ஏற்றத்தாழ்வுகளையும் தாங்கி ஒரே திசையில் செல்ல இது முக்கியம்.

5. மார்க் ஸுக்கர்பர்க் வயது பற்றிய மதிப்பீட்டை உடைத்தெறிகிறார். 19 வயதில் தொடங்கும் தொழில் பயணம் அவரை உலகின் மிக இளைய பில்லியனராக்கியிருக்கிறது. உலகின் மிக இளைய தேசமான இந்தியா பல மார்க் ஸுக்கர்பர்க்குகளை உருவாக்க முடியும். அவர்களை லகான் போட்டுப் பிடிக்காமல் இருந்தாலே போதும்.

வலைதளம் மூலம் சமூகங்களை இணைத்தவனின் படம் இளைஞர்களுக்கான பாடம் என்று சொல்வேன்.

JIM CARREY
YES MAN

22

நிகழ்காலம் எனும் பொக்கிஷம்!

யெஸ் மேன்

ஜிம் கேரியின் காமெடிப் படம்தான். வசூலில் சாதனை புரிந்தாலும் இந்தப் படத்தை விமர்சகர்கள் பெரிதாக மதிக்கவில்லை. இருந்தும் எனக்கு இது எழுத வேண்டிய படம் என்று தோன்றுகிறது. காரணம் கதைக் கரு.

தோல்வி மனப்பான்மையுடன், சமூக உறவுகளிலிருந்து விலகி, புதிதாக வருபவை அனைத்தையும் மறுப்பவன் எப்படித் தன் வாழ்க்கையை மாற்றிக் கொள்கிறான் என்பதுதான் கதை, நம் கலாசாரச் சூழ்நிலைக்கு மிகவும் பொருத்தமான கதையாக இதை நான் பார்க்கிறேன்.

மனைவி பிரிந்தவுடன் சற்று வெறுப்புடனும் கசப்புடனும் வாழ்க்கையை நோக்குகிறான் கார்ல். நண்பர்கள் குழாமைவிட்டு விலகுகிறான். வங்கி வேலையிலும் திருப்தி இல்லை. தனிமையும் சுய பச்சாதாபமும் ஆட்கொள்ள அனைவரையும் விட்டு விலகி பொய் சிரிப்போடு போலி வாழ்க்கை வாழ்ந்துவருகிறான்.

அப்போது நண்பனின் வற்புறுத்தலால் 'யெஸ்' பட்டறைக்குச் செல்கிறான். அங்கு சுய உதவி ஆசான் டெரன்ஸ் பண்ட்லியின் ஆரவாரப் பேச்சும், நாடகத்தன்மையான செயல்களும் கார்லைக் கவரவில்லை. ஆனால், யதேச்சையாக கார்லைத் தேர்ந்தெடுத்த டெரன்ஸ் அவனை நேருக்கு நேர் கேள்விக் கணைகள் தொடுத்துக் கடைசியில், ''இனி வாழ்க்கையில் எல்லாவற்றுக்கும் ''யெஸ் சொல்ல வேண்டும். நோ சொல்லக் கூடாது'' என்று சபதம் பெறுகிறார். கார்ல்

அந்தக் கூட்டத்தில் கதாநாயகன் அந்தஸ்தைப் பெறுகிறான். அவன் வாழ்க்கையில் பெரும் மாற்றம் நடக்கத் தொடங்குகிறது.

வழியில் உதவி கேட்டவனுக்கு மறுக்காமல் ''யெஸ்'' சொல்லி, உதவப் பணமின்றி பெட்ரோல் பங்குக்குச் செல்கிறான். அங்கு ஆலிசன் என்ற பெண்ணைச் சந்திக்கிறான். அவளது நட்பு கிடைக்கிறது. இரு சக்கர வாகனத்தில் பின்னமர்த்திச் சென்று பிரிகையில் முத்தமிட்டுச் செல்கிறாள். ஒரு பிச்சைக்காரனுக்கு மறுக்காமல் உதவியது முதலில் சிரமத்தில் மாட்டி விட்டாலும் நடந்தவை அனைத்தும் நல்லதாக அமைய 'யெஸ்' கொள்கையில் நம்பிக்கை வைக்கிறான்!

எல்லாவற்றுக்கும் ஆமாம் போட முதலாளியுடன் நல்லுறவு பெறுகிறான். வங்கிக் கடன்கள் அதிகம் கையெழுத்திட வாடிக்கை யாளர்கள் மகிழ்கிறார்கள். பதவி உயர்வு வருகிறது. புதிய நண்பர்கள் சேர்கிறார்கள். கொரிய மொழி படிக்க நேர்கிறது. விமானம் ஓட்டப் பழகுகிறான். மாடியிலிருந்து குதித்துத் தற்கொலைக்கு முயலும் ஒருவனை, கிடார் வாசித்து அவன் மனதைக் கலைத்து, தடுக்கிறான்.

அலிசனை மீண்டும் சந்திக்க, இருவரும் காதல் கொள்கிறார்கள். கல்யாணம் செய்து கொள்ளலாமா என்று கேட்கையில் கார்ல் தயாராக இல்லாவிட்டாலும் ''யெஸ்'' சபதத்தால் சரி என்று சொல்லி விடுகிறான்.

இருவரும் திடீர் விமானப் பயணத்துக்குத் தயாராகையில் எஃப்.பி.ஐ. கார்லைக் கைதுசெய்கிறது. தேசத் துரோக நடவடிக்கையில் ஈடுபடுவதாக சந்தேகப்படுகிறது. கொரியன் மொழி படித்தல், உர நிறுவனம் ஒன்றுக்குக் கடன் அளித்தல், விமான வகுப்பு, இராணியன் ஒருவனைச் சந்தித்தது, கடைசி நேர விமானப் பயணம் எனச் சம்பந்தமில்லாமல் ஒன்றுக்கு ஒன்று முடிச்சுப் போட்டு அவனைக் கேள்விகளால் துளைக்கிறது விசாரணைக் குழு. அவர்களிடம் தனது ''யெஸ்'' சபதம் பற்றியும் அதன் காரணமாகவே அனைத்தும் நிகழ்ந்தன என்றும் உண்மையைக் கூறுகிறான். அவர்களும் தீர விசாரித்துப் பின்னர் கார்லை விடுவிக்கிறார்கள்.

ஆக, கல்யாணத்துக்கும் விருப்பமில்லாமல்தான் கார்ல் ''யெஸ்'' சொன்னான் என்று அறிந்ததும் அலிசன் மனமுடைந்து பிரிகிறாள். இதனிடையே பிரிந்த மனைவி அவள் நண்பனுடன் உறவை முறித்து விட்டு கார்லிடம் வருகிறாள். இரவு தங்க அழைக்கிறாள். கார்ல் ''நோ'' சொல்கிறான்.

''யெஸ்'' பயிற்சி நடத்தும் டெரன்ஸிடம் கார்ல் பேச, ''கண்மூடித்தன மாக எல்லாவற்றுக்கும் ''யெஸ்'' சொல்ல வேண்டியதில்லை. மனமு

வந்து புது அனுபவங்களை ஏற்கத் தயாராக வேண்டும் என்பதுதான் சாரம்!'' என்று விளக்கத் தெளிவு பெறுகிறான்.

பின்னர் ஒரு விபத்தில் சிக்கும் அவன் மருத்துவமனை உடையில் பைக்கில் விரைந்து வந்து காதலியிடம் வந்து மன்னிப்பு கோர, இருவரும் முத்தமிட...சுபம்.

பக்கா தமிழ் படம் பார்த்த உணர்வு வருகிறதா? ஜிம் கேரியின் கோமாளித்தனமும், நகைச்சுவை வசனங்களும், மென்மையான காதல் காட்சிகளும், அருமையான இசையும் படத்தை ஒரு நல்ல ஜனரஞ்சகப் படமாக மாற்றுகின்றன. ஆனால் படத்தைக் கூர்ந்து நோக்கினால் மெலிதான இழையில் வாழ்க்கையைப் பற்றிய அலசலும் புரிதலும் இருக்கும்.

கடந்த காலத்தின் கசப்பில் நிகழ்காலத்தை ரசிக்காமல் வாழ்வோர் இங்கு எத்தனை எத்தனை பேர்? ஒருமுறை தவறிவிட்டதால் வரும் வாய்ப்புகளையெல்லாம் மறுப்பவர்கள் அதிகம். மேற்குலகின் கலாசாரம்போலப் பரந்த மனம் கொண்ட திறந்த கலாசாரம் அல்ல நம்முடையது. காதல், கல்யாணம், வேலை, லட்சியம் என அனைத்திலும் முதல் அனுபவங்களால் மீள முடியாதவர்கள் பலர். பயம், நம்பிக்கையின்மை, சுய பச்சாதாபம், நிச்சயமின்மை என ஆயிரம் உள் மனத் தடைகள் உள்ளன.

வாய்ப்புகள் பல நேரங்களில் பிரச்னைகள்போல வேடமணிந்து வரும். எல்லாவற்றையும் ஒரு கை பார்க்கலாம் எனத் திறந்த மனதுடன் நம்பிக்கையுடன் எதிர்கொள்ளலாம் என்பதை இந்தப் படம் சொல்கிறது. ஆனால் எதையும் சடங்காகச் செய்யாமல், மனமுவந்து செய்ய வேண்டும் என்றும் சொல்கிறது.

பாதுகாப்பு பற்றிய பயத்தில் எதையும் செய்யாமல் இருப்பது பேராபத்து. அடுத்த நொடி நிச்சயமில்லாத வாழ்க்கையில் பயத்துடன் நிறைய வாய்ப்புகளை மறுப்பதைவிட இரு கை நீட்டி அவற்றை அழைத்துக்கொண்டால் வாழ்க்கை கொண்டாட்டமாக இருக்கும்.

இயக்குநர்களே, நடிகர் ஆர்யா கால்ஷீட்டைப் பிடிங்க. இதை நல்ல Rom com (ரொமான்டிக் காமெடி) படமாகப் பண்ணலாம். அருமை யான செய்தியுடனும்கூட!

राजकमल चित्र
दो आँखें बारह हाथ
दिग्दर्शन
व्ही. शान्ताराम
RAJKAMAL'S
DO ANKHEN
BARAH HAATH
Directed by
V. SHANTARAM
دو آنکھیں بارہ ہاتھ

23

குற்றவாளிகள் குழந்தைகளாக மாறினால்...

தோ ஆங்கே(ன்) பாரா ஹாத்

குற்றவாளிகள் பிறக்கிறார்களா உருவாக்கப்படுகிறார்களா என்ற உளவியல் கேள்விக்குத் தட்டையாகப் பதில் கூற முடியாது. மரபணுக்கள், மூளையின் செயல்பாடு, சில மனோவியாதிகள் போன்றவை சமூக எதிர்ப்பு நடவடிக்கைகளில் ஈடுபடச்செய்யும்.

குடும்பமும் சமூகமும்தான் குற்றவாளிகளை அதிகம் உருவாக்குகின்றன என்பது உண்மை. போதுமான தாயன்பு கிடைக்காத பற்றாக்குறையான சூழல் குற்ற ஆளுமையை உருவாக்குவதற்கு அதிக சாத்தியமாக அமைகிறது என்ற கூற்றை முன்வைத்த பவுல்பி எனும் உளவியல் ஆராய்ச்சியாளர் குற்றவியலுக்குப் புது ரத்தம் பாய்ச்சினார்.

குற்றவாளி எனும் சமூக பிம்பம் அவனை/ அவளை எப்படிக் காலம் முழுவதும் குற்றவாளியாகவே வைத்திருக்கச் செய்கிறது என்பதை நாம் எல்லோருமே அறிவோம். ஒரு முன்னாள் கைதிக்குப் பெண் தருவோமா, வேலை தருவோமா, வீடு வாடகைக்குத் தருவோமா?

குற்றவாளிகள் தண்டிக்கப்படுகிறார்கள். ஆனால் சீர்திருத்தப் படுகிறார்களா? சிறைச்சாலைகள் தண்டனைச் சாலைகளா, சீர்திருத்தக் கூடமா? சீர்திருத்தக்கூடம் என்றால், சிறை என்ற நிறுவனத்தின் செயல் பாடுகள் அப்படி ஒரு மன மாற்றத்தைக் கொண்டு வரும் ரசவாதக் களமாக இருக்கின்றனவா? தனிமையும், நேரமும், சரியான அறிவுரையுமே ஒரு குற்றவாளியைச் சீர்திருத்திவிட முடியுமா? குற்றவாளிகள் பற்றிய சமூக எண்ணத்தை மாற்றிவிட முடியுமா?

இப்படிக் கேட்கப்பட்ட பல கேள்விகளுக்கான ஒரு விடைதான் திறந்தவெளிச் சிறைச்சாலை. மகாராஷ்டிரா மாநிலத்தில் ஏர்வாடா எனும் இடத்தில் அமைந்த சிறை நன்னடத்தையுள்ள தேர்ந்தெடுக்கப் பட்ட குற்றவாளிகளைச் சற்று சுதந்தரமான இடத்தில் தொழில் செய்ய வைத்து மனமாற்றத்தை உண்டாக்க முயல்கிறது. திஹார் சிறைச்சாலையில் கிரண் பேடியின் நிர்வாகத்தில் சிறைக் கைதிகள் விப்பாசனா கற்று மனமாற்றம் பெற்ற நம்பிக்கைக் கதைகளை நாம் கேள்விப்பட்டிருக்கிறோம்.

இன்று குற்றங்கள் பெருகிவரும் சூழலில் குற்றவாளிகளின் மன மாற்றம் பற்றிய படைப்புகள் மிக அவசியமானவை. அந்த வகையில் 'தோ ஆங்கே பாரா ஹாத்' படம் முக்கியமானது.

இந்தியாவின் பழம்பெரும் இயக்குநர் சாந்தாராமின் படைப்பு. வெளியான ஆண்டு 1957. மனிதாபிமான உளவியல் சிந்தனையைக் கலாபூர்வமாக்கிய படைப்பு இது. எட்டாவது பெர்லின் உலகத் திரைப் பட விழாவில் வெள்ளிக் கரடி விருது பெற்று உலகின் கவனத்தைப் பெற்ற இந்திப் படம்.

'தோ ஆங்கே(ன்) பாரா ஹாத்' என்றால் இரு கண்களும் பன்னிரண்டு கைகளும். சிறை அதிகாரி ஒருவர் ஆறு கொலைக் குற்றவாளிகளைத் தன் பொறுப்பில் எடுத்து சமூகத்தில் கலந்து வாழச் செய்து அவர்களைச் சீர்திருத்துவதுதான் கதைக் கரு. 'மை சிக்ஸ் கன்விக்ட்' (My Six Convict) என்ற பிரெஞ்சுப் படத்தின் தாக்கத்தில் உருவான திரைக்கதை. ''இது எம்.ஜி.ஆர். நடித்த 'பல்லாண்டு வாழ்க' படமாச்சே?'' என்கிறீர்களா? ஆமாம். எம்.ஜி.ஆர். தமிழிலும் என்.டி.ஆர். தெலுங்கிலும் இதை மறு ஆக்கம் செய்து வெற்றி பெற்றார்கள்.

படத்தை இயக்கியதோடு ஆதினாத் எனும் சிறை அதிகாரி கதாபாத் திரத்தில் நடிக்கவும் செய்தார் சாந்தாராம். அவர் மனைவி சந்தியாதான் படத்தின் கதாநாயகி.

தன் மேலதிகாரியின் எச்சரிக்கையையும் மீறிக் கொலைக் குற்றத்துக் காகச் சிறைக் கைதியாக வாழும் ஆறு பேரைத் தன் பொறுப்பில் வெளியே அழைத்துச் செல்கிறார். ''உங்களை நம்பித்தான் இந்தச் சமூக ஆய்வைச் செய்கிறேன்'' என்று கூறி அவர்களைத் தன் சொந்த நிலத்திலேயே பணி புரிய வைக்கிறார். வறண்ட நிலத்தில் விவசாயம் செய்ய, மண்ணும் மனமும் வளம் பெற ஆரம்பிக்கின்றன. பல சிக்கல் களுக்கும் போராட்டத்துக்கும் பின்னர் அவர்களிடம் மன மாற்றத்தைக் கொண்டுவருகிறார்.

விளைந்த காய்கறிகளைக் குறைந்த விலைக்கு விற்கச் செல்கையில் அதனால் பாதிக்கப்பட்ட வியாபாரியால் பலி ஆகிறார் சிறை அதிகாரி.

சிறைக் கைதிகளின் சீர்திருத்தம் என்பது வெறும் உபதேசங்களில் மட்டும் நடப்பதில்லை. அதே போல் திடீர் சுதந்தரம், மது, பெண்ணாசை, கொலை எண்ணம், திருட்டு போன்ற இச்சைகளில் சிக்கிப் பின்னுக்குப் போகும் கைதிகளைக் கருணை, கண்டிப்பு என இரு முறைகளிலும் நல்வழிக்குக் கொண்டுவருகிறார்.

அவரை விட்டு ஓடிப்போகும் கைதிகளைச் சிறை அதிகாரியின் கண்கள் மன அளவில் வாட்டுகின்றன. அவரின் கருணை மிகுந்த தீட்சமான கண்களை நினைத்துத் திரும்பி வருகின்றனர். எல்லா நேரங்களிலும் கடவுளின் கண்கள் நம் மீது இருக்கின்றன என்பதன் குறியீடுதான் அந்தக் காட்சி.

தெலுங்கு இயக்குநர் கே.விஸ்வ நாத்துக்கு சாந்தாராம் மிகப் பெரிய ஆதர்சம். ஒரு குழந்தையின் வருகை எப்படிக் கொடிய மனதில் தாயுள்ளத்தைத் தோற்றுவிக்கும் என்பதற்கும் இப்படம் சாட்சி. பின் இதே கருத்தைத் தாங்கி 'குழந்தைக்காக' என்ற படம் தமிழில் வந்தது.

மனித நேயம் கொண்ட குற்றவாளிகளிடம் ஒரு கொள்ளைக் கூட்டத்தைப் பிடிக்கும் பெரும் பொறுப்பைக் கொடுத்து வெற்றி பெறும் படம்தான் ஷோலே. அதற்கும் இந்தப் படத்தின் தாக்கம் நிச்சயம் காரணம் எனலாம்.

தொடக்ககால பாரம்பரிய படங்களின் மிகை நடிப்பு சற்று தென் பட்டாலும் அதைக் கலாபூர்வமான இசையையும் நடனத்தையும் சேர்த்து அற்புதக் காவியமாக மாற்றியுள்ளார் வித்தைக்காரரான சாந்தாராம்.

''பாதி மனதில் தெய்வம் இருந்து பார்த்துக்கொண்டதடா...
மீதி மனதில் மிருகம் இருந்து ஆட்டி வைத்ததடா...
ஆட்டி வைத்த மிருகம் இன்று அடங்கி விட்டதடா.
அமைதி தெய்வம் முழு மனதில் கோவில் கொண்டதடா''

என்ற வரிகள் ''சட்டி சுட்டதடா'' பாடலில் கண்ணதாசன் எழுதியிருப்பார்.

மிருகத்தைத் தெய்வமாக்கும் திருப்பணியைக் கொண்டாடும் படைப்பு இது.

THE
SHAWSHANK
REDEMPTION
"Two thumbs u
—Siskel & Ebert
CASTLE ROCK ENTERTAINMENT
A FRANK DARABONT FILM TIM ROBBINS MORGAN FREEMAN "THE SHAWSHANK REDEMPTION" BOB GUNTON
VILLIAM SADLER CLANCY BROWN GIL BELLOWS AND JAMES WHITMORE AS "BROOKS" MUSIC BY THOMAS NEWMAN PRODUCTION DESIGNER TERENCE MARS
EDITED BY RICHARD FRANCIS-BRUCE DIRECTOR OF PHOTOGRAPHY ROGER DEAKINS, B.S.C. EXECUTIVE PRODUCERS LIZ GLOTZER AND DAVID LESTER
BASED ON THE SHORT NOVEL RITA HAYWORTH AND SHAWSHANK REDEMPTION BY STEPHEN KING SCREENPLAY BY FRANK DARABONT
PRODUCED BY NIKI MARVIN DIRECTED BY FRANK DARABONT

24

மூடப்பட்ட கதவுகளுக்குப் பின்னால்

ஷஷாங்க் ரிடெம்ஷன்

மனித குலத்தின் இன்றைய மிகப்பெரும் நெருக்கடி நம்பிக்கையின்மை தான். எல்லா வசதிகளும் பெருகப் பெருக வாழ்வு பற்றிய நம்பிக்கை மட்டும் குறைந்துகொண்டுதான் செல்கிறது. துக்க நோய் இந்தியாவில் இதய நோய் மற்றும் புற்று நோய்போல பரவ முக்கிய சமூக உளவியல் காரணம் நம்பிக்கையின்மைதான்.

சோதனையில் நம்பிக்கையுடன் காத்திருத்தல் எனும் மனப்பக்குவம் குறைந்துவருகிறது. எதையும் உடனே அனுபவிக்க வேண்டும்; இல்லாவிட்டால் வாழ்க்கையே வீண் என்ற எண்ணத்தை வலுப்படுத்தும் நுகர்வு கலாசாரம் இளைஞர்களின் மனதைப் பலவீனமாக்குகிறது.

வாழ்க்கையில் எல்லா வளங்களும் இருந்தும் பிடிப்பு இல்லாமல் வாழும் பலரை நாம் பார்க்கிறோம். உயிர் வாழ்வதிலே என்ன பயன் என்று பேசுவர். எதையோ பறிகொடுத்ததுபோல ஒரு பற்றில்லாமல் வாழ்வர். எது தன் வாழ்க்கையை நகர்த்துகிறது என்று அறியாமல் ஸ்தம்பித்து மனவியாதி இல்லாமலே துக்கத்தில் தவிப்பதைப் பார்க்கிறோம். அப்படி யாரேனும் உங்களிடம் வந்தால் ஷஷாங்க் ரிடெம்ஷன் படம் பார்க்கச் சொல்லுங்கள்.

செய்யாத குற்றத்துக்கு இரட்டை ஆயுள் தண்டனை பெற்ற நாயகன். மனைவி வேறொருவருடன் கொல்லப்பட்டதால் கணவன் கொன்றதாக நம்பப்படுகிறது. வங்கி அலுவலரான நாயகன் இப்படி

ஒரு கொடுமையான சிறை வாழ்க்கையை நினைத்துக்கூடப் பார்த்ததில்லை.

அதிகாரிகளின் அடக்குமுறை, சக சிறைவாசிகளின் பாலியல் தொல்லைகள், நியாயத்தை நிலை நிறுத்த முடியாத கோபம் எனச் சிறை வாழ்க்கை ஆரம்பமாகிறது. அங்கு வெளிப் பொருட்களைக் கடத்தி வந்து உள்ளே விற்று, அந்த கமிஷன் பணத்தில் செல்வாக்குடன் வாழும் ரெட் என்பவனின் நட்பு கிடைக்கிறது. தனக்குக் கல் செதுக்கும் சுத்தியல் ஒன்றும் நடிகை படம் ஒன்றும் கேட்க அவர்கள் நட்பு பலப் படுகிறது.

சிறை அதிகாரியின் வரிப் பிரச்னையைத் தன் வங்கி அனுபவத்தால் குறைக்க ஆலோசனை சொல்லியதால், பாலியல் தொல்லை தந்தவனிட மிருந்து தற்காப்பு கிடைக்கிறது. நாயகனின் கல்வி அறிவாலும், நிதி பற்றிய நிர்வாகத் திறனாலும் சிறைத் தலைமையின் பார்வை இவன் மேல் படுகிறது.

நூலகத்துக்கு மாற்றப்படுகிறான் நாயகன். ஜெயிலரின் கணக்கு வழக்குகளைப் பார்க்கவும் உதவுகிறான். சிறைக் கைதிகளைக் கூலியில்லாத் தொழிலாளிகளாகப் பாவித்து ஒப்பந்த வேலைகள் செய்து சம்பாதிக்கும் பணத்தின் வரவு செலவு முழுதும் நாயகன் பார்வைக்கு வருகிறது.

சிறை நூலகத்தில் 50 ஆண்டுகள் பணியாற்றி ஓய்வு பெறும் மூத்தவர், வெளி உலகத்துடன் ஒட்ட முடியாமல் தற்கொலை செய்து கொள்கிறார். விடுதலையும் வெளியுலக அமைதி வாழ்வும் வாய்க்காது என்று நம்பிக்கை இழக்கும் ரெட்டிடம் ''நம்பிக்கைதான் வாழ்வின் மிகப்பெரிய சொத்து'' என்கிறான் நாயகன்.

தன் மனைவியைக் கொன்றவன் பற்றிய துப்பு கிடைக்க, அதை ஜெயிலரிடம் தெரிவித்தபோது அவர் அதை உதாசீனப்படுத்துகிறார். அதைத் தெரிவித்த கைதியையும் என்கவுண்டரில் கொல்கிறார். நாயகன் கொதித்தெழுந்தபோது அவனைக் கடுங்காவல் சிறைக்கு மாற்றுகிறார். பிறகு ஒரு மாதத்தில் அவனைத் தன் வழிக்குக் கொண்டுவருகிறார்.

ஆறடி நீள பலமான கயிறு வேண்டும் என நாயகன் கேட்கும்போது ரெட் கவலைப்படுகிறான். அடுத்த நாள் நாயகன் அறையில் ஆள் இல்லை. நடிகையின் படம் கிழியும்போது கல்சுவரில் ஓட்டை போட்டு பாதாள சாக்கடை வழியாகத் தப்பியது தெரிகிறது. வருடக் கணக்கில் ஒற்றைச் சுத்தியுடன் நம்பிக்கையுடன் விடாமுயற்சியுடன் சிறிது சிறிதாகக் குடைந்த சுவர் நாயகனின் மீட்சிக்கு வழி வகுக்கிறது.

முக்கிய கோப்புகளுடனும் மாற்று அடையாளத்துடனும் வெளி உலகில் செல்வந்தராகிறான்.

ஜெயிலரின் கள்ளக் கணக்குகளையும் தகிடு தத்தங்களையும் அரசுக்குத் தெரிவிக்கிறான். அவர் காவல் துறை கைது செய்யும்முன்னர் தன்னைச் சுட்டுக்கொண்டு சாகிறார். ரெட்டுக்கு நன்னடத்தையால் விடுதலை கிடைக்கிறது. என்றாவது வெளியே வந்தால் ஓரிடத்தில் புதையலாகச் சிறு பணமும் தானிருக்கும் முகவரியையும் வைத்திருப்பேன் என்று சொன்ன நண்பன் வாக்கை நம்பிச் செல்லும் ரெட்டுக்குச் சொன்னது போலப் புதையல் கிடைக்கிறது. நண்பர்கள் ஒன்றுபடுகிறார்கள். நம்பிக்கை பலிக்கிறது!

ஆண்டி என்ற பாத்திரத்தில் வரும் டிம் ராபின்ஸ்தான் நாயகன். ஆனால் ரெட் என்ற நண்பன் பாத்திரத்தில் வரும் மார்கன் ஃப்ரீமேனின் குரலில்தான் கதை நகர்கிறது. ஸ்டீபன் கிங் எழுதிய நாவலுக்குத் திரைக்கதை எழுதி இயக்கியிருக்கிறார் ஃப்ராங் டேராபோண்ட்.

ஐ.எம்.டி.பி வலைதளத்தில் முதல் இடத்தைப் பெற்று உலகப் படங்களிலேயே முதன்மையான படைப்பாக மதிப்பிடப்பட்டுள்ளது. இந்தப் படம் வெளியான பொழுது விமர்சகர்கள் பாராட்டினாலும் பெரிய வசூல் இல்லை. பின் விருதுகள் குவிந்து உலக கவனம் பெற்ற பின் மறு வெளியீட்டில் நல்ல வசூலைக் குவித்தது. அதைவிட சுவாரசியமான விஷயம் வாடகை வீடியோவில் உலகில் மிக அதிக அளவு சம்பாதித்த படம் இதுதானாம்.

மனதைத் தொடும் இடங்களிலும் அளவான கச்சிதமான நடிப்பு, அற்புதமான கதை நகர்வு, செறிவான வசனங்கள், கவித்துவமான ஒளி அமைப்புகள், இதமான இசை என அனைத்தும் சரிவர கலைப் பங்களிப்பைப் பெற்ற படம்.

வாழ்க்கை நம்மை முழுவதுமாக நசுக்கி, மீள வழியே இல்லை எனும் நிலையில் நம்பிக்கையுடன் தொடர் முயற்சி செய்தல் என்பது அசாதாரணச் செயல். இது சிறைச்சாலை வாழ்க்கைக்கு மட்டுமல்ல, நம்மைச் சிறை பிடிக்கும் அனைத்து அமைப்புகள், உறவுகள் மற்றும் வாழ்க்கை அனுபவங்களுக்கும் பொருந்தும்.

மீட்சிக்கு வழியுண்டு எனும் நம்பிக்கையூட்டும் சிந்தனையைவிட நல்ல செய்தி எது?

UNA PRODUZIONE ROBERT EVANS
UN FILM DI ROMAN POLANSKI
JACK NICHOLSON
FAYE DUNAWAY
"CHINATOWN"
Con JOHN HILLERMAN
PERRY LOPEZ · BURT YOUNG e JOHN HUSTON
Scenografie
RICHARD SYLBERT
Produttore Associato
C.O. ERICKSON
Colonna sonora di
JERRY GOLDSMITH
Soggetto
ROBERT TOWNE
Prodotto da
ROBERT EVANS
Regia
ROMAN POLANSKI
TECHNICOLOR® PANAVISION®
UNA PRESENTAZIONE PARAMOUNT
DISTR: CINEMA INTERNATIONAL CORPORATION

25

ஒரு கொலையும் பின்னணியும்!

சைனா டவுன்

ஹாலிவுட்டின் திரைக்கதை ஆசான் ஸிட் ஃபீல்ட் தன் புத்தகங்களில் அதிகம் குறிப்பிடும் படம் 'சைனா டவுன்'. ஒரு திரைக்கதை எப்படி இருக்க வேண்டும் என்பதற்கு, இந்தப் படத்தையே திரும்பத் திரும்பச் சிலாகித்து உதாரணம் காட்டுவார்.

இந்தப் படத்தைப் பார்த்து முடித்தபோது ஸிட்ஃபீல்ட் மிகைப் படுத்தவில்லை என்றே தோன்றுகிறது. ரோமன் போலன்ஸ்கி படைப் பாக்கத்தில் வந்த படம். அசலான திரைக்கதை பிரிவில் ஆஸ்கர் விருது பெற்ற இதை ஒரு மர்மப் படம் என்று பொத்தாம் பொதுவாகச் சொல்ல முடியாது. வசதி கருதி துப்பறியும் படம் என்று சொல்லலாம்.

ஜேக் எனும் துப்பறியும் பாத்திரத்தில் கதாநாயகனாக ஜேக் நிக்கல்சன் வருகிறார். திருமதி மல்ரே என்ற பெண்மணி தனது கணவர் ஹோல்லிஸ் முல்ரேயின் நடத்தை மீது தனக்குச் சந்தேகம் என்று கூறி, உண்மையைத் துப்பறிந்து தெரிவிக்குமாறு ஜேக்கிடம் சொல்கிறார்.

இதனால் நீர்வளத்துறையில் தலைமைப் பொறியாளராகப் பணியாற்றும் ஹோல்லிஸ் மல்ரேயைப் பின் தொடர்கிறார் ஜேக். மனைவி சந்தேகப் பட்டதுபோலவே அவருக்கு ஒரு பெண்ணுடன் தொடர்பு இருப்பது தெரிகிறது. அது தவிர தண்ணீரைத் தனியார்மயமாக்குவதையும் அவர் எதிர்க்கிறார் என்பதும் புரிகிறது. அமெரிக்காவின் தண்ணீர் பிரச்னை பூதாகரமாக வெடித்த காலகட்டம் அது.

எப்படியோ செய்தி கசிந்து அவரின் முறைகேடான காதல் புகைப் படத்துடன் நாளிதழில் செய்தியாக வெளியாகிறது. இந்த நேரத்தில் துப்பறிவாளர் ஜேக்கைச் சந்திக்க இன்னொரு பெண்மணி வருகிறார். ''நான்தான் ஹோல்லிஸின் நிஜமான மனைவி. எனது பெயர் ஈவ்லின் மல்ரே. நான் உங்களைத் துப்பறியப் பணிக்கவில்லை. என் கணவன் பெயரை அவதூறு செய்தமைக்காக உங்கள் மீது வழக்குத் தொடுக்கிறேன்!'' என்கிறாள்.

திருமதி மல்ரேயைச் சிக்க வைக்க அவரது பெயரில் தன்னை யாரோ பகடைக் காயாகப் பயன்படுத்தியிருக்கிறார்கள் என்பதை உணர்கிறார் ஜேக். ஈவ்லின் மல்ரேயிடம் ''உங்கள் கணவர் இன்னொரு பெண்ணுடன் இருந்தது நிஜம்தான்'' என்று கூறுகிறார். ஆனால், அவர் அதைப் பொருட்படுத்தவில்லை. பின் வழக்கையும் வாபஸ் வாங்குகிறார்.

அச்சமயம் குடிநீர் வரும் பெருங்குழாயில் ஹோல்லிஸ் மல்ரே இறந்து கிடக்கிறார். அது கொலையா, தற்கொலையா எனத் தெரியவில்லை. உண்மையை அறிய இம்முறை ஈவ்லின் மல்ரே தாமாகவே முன்வந்து ஜேக்கை ஒப்பந்தம் செய்கிறார். ஈவ்லினின் தந்தையும் கணவரும் அந்த ஊரின் நீர் வளத்தைத் தனியார் சொத்தாக வைத்திருந்தவர்கள். கருத்து வேறுபாடு காரணமாகப் பிரிந்தவர்கள்.

இதனிடையில் ஈவ்லினின் தந்தையும் பெரும் செல்வந்தருமான நோவா க்ராஸ் துப்பறிவாளர் ஜேக்கை அழைத்து இறந்துபோன மருமகன் ஹோல்லிஸின் அந்தரங்கக் காதலி பதுங்கியிருக்கும் இருப்பிடத்தைக் கண்டுபிடிக்குமாறு ஒப்பந்தம் செய்கிறார். தன் மகள் பொறாமைக்காரி என்றும் அவளை நம்பவேண்டாம் என்றும் கூறுகிறார்.

ஈவ்லினோ ''தன் தந்தை எதற்கும் துணிந்தவர், ஆபத்தானவர்'' என்கிறாள். ஈவ்லினும் ஜேக்கும் விவசாயிகளிடம் குறைந்த விலைக்கு வாங்கிய நிலங்களின் தகவல்களைத் திரட்டுகிறார்கள். விவசாயிகள் நிலத்தைப் பிடுங்கி, வில்லாக்கள் அமைத்து அவர்களிடம் நீரை அதிக விலைக்கு விற்கும் திட்டம் புரிகிறது. இதற்கு எதிர்ப்பு தெரிவித்த காரணத்தால் ஹோல்லிஸ் மல்ரே கொல்லப்பட்டிருக்கலாம் என்ற முடிவுக்கு இருவரும் வருகிறார்கள். உண்மைக்கு நெருக்கமாக ஜேக் வந்துவிட்டதில் கோபமாகும் எதிரிகளின் கையாட்கள் ஜேக்கின் மூக்கை அறுத்து மிரட்டுகிறார்கள். ஆனால், ஜேக் பின்வாங்குவதாக இல்லை.

துப்பறிதலில் ஜேக்குக்குத் துணைபோகிறாள் ஈவ்லின். அது அவர் களுக்குள் அந்தரங்கமான உறவாக மாறுகிறது. அவர்கள் நெருக்கமாக இருக்கும் தருணத்தில் ஈவ்லினுக்கு அவசரத் தொலைபேசி அழைப்பு. உடனே திரும்புவதாகச் சொல்லிப் புறப்படுகிறாள் ஈவ்லின். அவளைப் பின் தொடரும் ஜேக், ஈவ்லின் காவலில் மல்ரேவுடன் பார்த்த அந்த

அந்தரங்கப் பெண் இருப்பதை அறிகிறார். ஈவ்லினை ஜேக் நேருக்கு நேர் கேட்கும்போது, ''அவள் என் தங்கை'' என்கிறாள். இதற் கிடையில் ஜேக்கை முதலில் ஒப்பந்தம் செய்த போலி மனைவி கொலையுண்டு கிடக்கிறாள். போலீஸ் ஜேக்கிடம் ஈவ்லினை ஒப்படைக்கக் கோருகிறது. இல்லாவிட்டால் கைதுதான்.

ஹோல்லிஸ் மல்ரே கொலையிலும் துப்பு கிடைக்கிறது. ஈவ்லினை அறைந்து உண்மையைக் குடைகிறார். ''யார் அந்தப் பெண்? ஏன் இந்தக் கொலை?'' என்று. அந்தப் பெண் கேத்ரீனை தன் தங்கை என்றும் தன் மகள் என்றும் மாறி மாறிக் கூறுகிறாள். உண்மை தெரிகிறது. கசப்பும் காயமுமாய் அவள் நிலை புரிகிறது.

ஈவ்லினின் தந்தை நோவா க்ராஸின் சுயரூபம் புரிய, ஈவ்லினையும் கேத்தரீனையும் சைனா டவுனுக்குத் தப்பிச் செல்ல ஏற்பாடு செய்கிறார் ஜேக். தந்தையிடமிருந்து கேத்தரீனை மீட்க முடியாமல் போலீஸ் துப்பாக்கிச் சூட்டுக்கு இரையாகிறாள் ஈவ்லின். சைனா டவுனில் இதெல்லாம் சகஜம் என்ற வசனத்துடன் படம் முடிகிறது.

உண்மை துப்பறியப்படுகிறது. ஆனால், அது குரூரமாக இருக்கிறது. உலகம் புரிகிறது. ஆனால் அதை மாற்ற முடியவில்லை. தன் குறிக்கோளான துப்பறிதலைச் சரியாகச் செய்கிறான் நாயகன். இறுதியில் ஒரு தனி மனிதனாய் மன உளைச்சலுக்கு ஆளாகிறான்.

நீருக்கான யுத்தம் 30களிலேயே அமெரிக்காவில் தொடங்கிவிட்டது. நீர் பற்றிய அரசியல், தொழில் மற்றும் குற்றப் பின்னணியை நுட்பமாகப் பேசும் படம் இது. அதேநேரம் குடும்பத்தில் உள்ள வன்முறை மற்றும் பலாத்காரம் ஏற்படுத்தும் தாக்கம் தனி மனிதரோடு போய்விடுவதில்லை. அது ஒரு சங்கிலித் தொடர். அதன் சமூக உளவியல் தாக்கங்கள் நீண்ட காலம் தொடரும் என்பதையும் எடுத்துக்காட்டுகிறது.

சமூகத்தில் அதிகாரம், பணம், செல்வாக்கு உள்ளவர்கள் ஏற்படுத்தும் அமைப்புகளும் சட்டங்களும் நியாய தர்மங்களுக்குக் கட்டுப்பட வேண்டும் என்று அவசியமில்லை. ஒழுங்கு என்பதும் மீறல் என்பதும் சம்பந்தப்பட்ட அதிகார மையத்தின் விழுமியம் சார்ந்ததே என்பதையும் சொல்லாமல் சொல்லிச் செல்கிறது இந்தப் படம்.

படத்தின் உள்ளடக்கம் இப்படி இரண்டு அடுக்காகச் செயல்பட்டாலும் சீரான, குழப்பமில்லாத திரைக்கதை, பார்வையாளனையும் துப்பறியும் கதை நாயகனையும் ஒருசேரப் பயணிக்க வைத்து, இறுதியில் உண்மையை அறிய வைக்கிறது. ரோமன் போலன்ஸ்கியின் மேதமை ஒரு மைல் கல் படைப்பைத் தந்தது எனலாம்!

Tamasa, Gabriel Auer et Mira Nair présentent
Click to download
from notrecinema.com
CAMÉRA D'OR
FESTIVAL DE CANNES
Salaam Bombay !
un film de Mira Nair
avec Shafiq Syed, Hansa Vithal, Chanda Sharma, Raghuvir Yadav, Anita Kanwar, Nana Patekar
musique L. Subramaniam image Sandi Sissel montage Barry Alexander Brown scénario Mira nair & Sooni Taraporevala produit et réalisé par Mira Nair
production Mirabai Films, Forum Films, Channel Four distribution Tamasa avec le soutien du CNC
coproduction ARTE France Cinéma, N.F.D.C., Doordarshan
TAMASA
CNC

26

குழந்தைகளை விழுங்கும் நகரம்!

சலாம் பாம்பே

பெங்களூருவில் 1988-ல் மருத்துவ உளவியல் படித்துக்கொண்டிருந்த போது இந்தப் படத்தைப் பார்க்க நேர்ந்தது. நள்ளிரவில் பைக்கில் திரும்பி வருகையில் அந்த நவீன நகரத்தில் வீடில்லாதவர்கள் பலர் சாலையில் உறங்குவதைப் பரிவுடன் பார்க்க வைத்தது. சாலைச் சிறுவர்களின் இரவு வாழ்க்கை பற்றியும் நினைக்க வைத்தது. பின்னர் எந்த ஊருக்குச் சென்றாலும் சாலையோரச் சிறார்கள் கண்ணில் பட்டுக் கொண்டே இருந்தார்கள். நம் பார்வையில் படும் மனிதர்களைப் பற்றி, நாம் பார்க்காத அவர்களின் வாழ்க்கைப் பக்கத்தை, ஒரு திரைப்படம் திறந்து காட்டும்பொழுது ஏற்படும் தாக்கம் அபரிமிதமானது. சலாம் பாம்பே என்னுள் மிக ஆழ்ந்த பாதிப்பை ஏற்படுத்திய படம்.

மீரா நாயர் எழுதி, தயாரித்து, இயக்கிய படம் இது. நிஜமான சாலையோரச் சிறுவர்களைத் தேர்வு செய்து அவர்களுக்கு நடிப்புப் பயிற்சி அளித்து, அவர்களை மிக இயல்பாகப் பங்களிக்க வைத்ததால் இப்படம் பெரிதும் கவனம் பெற்றது. பட வெற்றிக்குப் பிறகு 1989-ல் சலாம் பாலக் அறக்கட்டளை என்ற அமைப்பை மீரா நாயர் நிறுவி சாலையோரச் சிறுவர்களுக்குத் தொடர்ந்து பணியாற்றிவருவது குறிப்பிடத் தகுந்தது.

இந்தத் திரைப்படம் பெற்ற விருதுகளின் பட்டியல் நீளமானது. உலகில் பல திரைப்பட விழாக்களில் விருதுகளையும் பாராட்டையும் பெற்றது. ஆஸ்கருக்காக இந்தியாவிலிருந்து அனுப்பப்பட்ட இரண்டாவது படம். அமெரிக்கா மற்றும் கனடா நாடுகளில் வசூலிலும் சாதனை படைத்த படம். உலகின் சிறந்த 1000 படங்களில் இதையும் ஒன்றாக நியூ யார்க் டைம்ஸ் பத்திரிகை தேர்வு செய்திருந்தது.

அண்ணனின் அடக்குமுறை தாங்காமல் அவனது மோட்டார் சைக்கிளுக்குத் தீ வைத்துவிடுகிறான் சிறுவன் கிருஷ்ணா. அவன் தாய் அவனைக் கண்டித்து அருகிலுள்ள கிராமத்துக்கு வரும் சர்க்கஸில் சேர்த்துவிடுகிறாள். ஐநூறு ரூபாய் சம்பாதித்து அண்ணனிடம் கொடுக்கும்போதுதான் தன்னைப் பார்க்க முடியும் என்று சொல்லிப் பிரிகிறாள்.

சர்க்கஸ் கூடாரம் ஒரு நாள் சொல்லப்படாமல் கலைக்கப்பட, பிழைப்புக்காக பம்பாய் நகருக்கு ரயிலேறுகிறான். நகரம் வந்தவுடன் கைக்காசு முழுவதும் பறிபோகிறது. திருட்டுப் பையன்களின் சினேகிதம் கிடைக்க, சிவப்பு விளக்குப் பகுதியின் நிழல் வாழ்க்கைக்குத் தள்ளப்படுகிறான்.

போதைப் பொருளுக்கு அடிமையான சில்லம், ஒரு தேநீர்க் கடையில் கிருஷ்ணாவைச் சேர்த்துவிடுகிறான். சில்லமின் முதலாளி பாபா போதைப் பொருள் வியாபாரி. அவன் மனைவி பாலியல் தொழிலை மேற்கொள்பவள். மகளை அங்கு வளர்ப்பதில் விருப்பமில்லாத போதும் பாபா அதைப் பொருட்படுத்தவில்லை. இந்தச் சூழலில் வாழும் கிருஷ்ணாவுக்கு ஐநூறு ரூபாய் சேமிப்பு என்பது சாத்தியப்பட வில்லை.

தொழிலுக்குப் புதிதாக வந்த சோலா சால் பாபாவால் பழக்கப் படுகிறாள். அவள் மீது மோகம் கொள்கிறான் பாபா. சோலா சாலை பாபாவிடமிருந்து காப்பாற்ற முயலும் கிருஷ்ணா பாபாவிடமே மாட்டிக்கொள்கிறான். அடி வாங்கி அங்கிருந்து ஓடிச் சில்லறை வேலைகளும் சில்லறைக் குற்றங்களும் செய்கிறான். ஒரு நாள் போலீஸில் பிடிபட்டு இளங்குற்றவாளிகளுக்கான சீர்திருத்தப் பள்ளியில் சேர்க்கப்படுகிறான். அங்கிருந்து தப்பி வந்து சோலா சாலைச் சந்திக்கிறான். தன்னுடன் தப்பி வருமாறு கோருகிறான். ஆனால், அதற்குள் பாபாவிடம் காதல் வசப்பட்டுவிட்டதாகச் சொல்கிறாள். ஒரு வேகத்தில் பாபாவைக் கொன்றுவிடுகிறான். பின் அம்மாவிடம் செல்ல வாய்ப்பில்லாமல் பம்பாய் எனும் நகரம் அவனை விழுங்கிவிடுகிறது.

சிறுவன் ஷஃபிக் சையது சிறந்த குழந்தை நட்சத்திரமாக அந்த வருடம் தேர்ந்தெடுக்கப்படுகிறான். நிஜ வாழ்வில் பார்த்த யதார்த்தங்களைத் திரையில் கொண்டுவரும் அரிய வாய்ப்பு அந்தச் சிறுவனுக்கு. ஒரு காட்சியில்கூட நடிப்பு என்று சொல்ல முடியாதபடி நடித்ததே சாதனை என்று சொல்லலாம். ஆனால், என்னைப் பெரிதும் கவர்ந்தது முதல் முறை நான் திரையில் பார்த்த நானா படேகர்தான் (பாரதிராஜாவின் பொம்மலாட்டத்தில் இயக்குநராக நடிப்பாரே, அவரேதான்.) இளம்

வயதில் அப்படியொரு இயல்பான திரை நடிப்பு எனச் சொல்லலாம். அதேபோல, போதைக்கு அடிமையான ரகுவீர் யாதவ். இவர்கள் எல்லாம் பெரிய அளவில் பின்னாட்களில் ஒப்பிட முடியாத நட்சத்திரங்களாகப் பிரகாசிக்க இந்தப் படம் பெரிய அடித்தளமாக அமைந்தது எனச் சொல்லலாம்.

இது வேறு உலகம்

சாலை ஒரு தனி உலகம். அதில் வசிக்கும் எண்ணற்ற மனிதர்கள், குறிப்பாகக் குழந்தைகள்; அனைவருக்கும் ஒரு கனவு உண்டு. அது கண்ணியமான வாழ்க்கை. ஆனால் பெரும்பாலோர்க்கு அது கிடைப்ப தில்லை. அன்றாட வாழ்க்கையே சவாலாக உள்ளபோது ஒழுங்கு மீறல்களும் குற்றங்களும் இயல்பாக நிகழ்கின்றன. வசதி படைத்தவர் களுக்கான வாழ்வியல் இலக்கணங்கள் விளிம்புநிலை மனிதர்களுக்குப் பொருந்தாது.

குற்றமெனும் மாயச் சுழலில் சிக்கும் சிறுவர்கள் அதிலிருந்து மீள்வது கடினம். ஆண்களைவிடப் பெண்களும் குழந்தைகளும்தான் குற்றச் சுழலில் சிக்கி மீள முடியாத பலிகடா ஆகிறார்கள். சிறுவர்கள் வளர்ந்து நிழல் உலகில் கலந்துவிடுகிறார்கள். சுழல் நிற்பதில்லை. குற்றங்கள் தொடர்கின்றன.

சட்டதிட்டம் சிறுவர்களைச் சுழலிருந்து வெளியே எடுக்க உதவும். சீர்திருத்தம், விடுதியில் நடப்பதைவிடச் சமூகத்தில் நடக்க வேண்டும். கல்வி, நிலையான வேலைவாய்ப்பு, சமூக அங்கீகாரம் போன்றவை அதற்கு உதவக்கூடும். 27 ஆண்டுகளுக்கு முன்பு இப்படி ஒரு துணிகரமான கருத்தை ஒரு யதார்த்தத் திரைப்படத்தின் மூலம் சொன்ன மீரா நாயரை எவ்வளவு பாராட்டினாலும் தகும்.

கதை கிடைக்கவில்லை என அலையும் சினிமா இயக்குநர்கள் காரை விட்டு இறங்கிக் காலாற நடந்தால் இதுபோல ஆயிரம் கதைகள் கிடைக்கலாம்!

NICK NOLTE SCOTT MECHLOWICZ AMY SMART
PEACEFUL WARRIOR
THERE ARE NO ORDINARY MOMENTS
BASED ON THE BEST SELLING BOOK "WAY OF THE PEACEFUL WARRIOR"
IN THEATERS JUNE 2

27

நீங்கள் எங்கு இருக்கிறீர்கள்?

பீஸ்ஃபுல் வாரியர்

டான் மில்மேன் எழுதிய 'வே ஆஃப் பீஸ்ஃபுல் வாரியர்' என்ற நாவலின் திரைப் பதிப்பு இந்த திரைப்படம். 'நாவல்போல சினிமா இல்லை' என்ற விமர்சனத்தையும் மீறி இந்தப் படத்தைப் பார்க்க இரு காரணங்கள். ஒன்று இது ஆசிரியரின் உண்மைக் கதை. இரண்டு 'மைண்ட்ஃபுல்னெஸ்' பற்றிய படம்.

எக்கார்ட் டாலே புத்த வழிமுறைகளில் பெரிதும் தாக்கம்கொண்டு எழுதிய புத்தகங்களில் அதிகம் பிரபலமானது, 'பவர் ஆஃப் நவ்'. இன்று மேலை நாடுகள் கிழக்கத்திய நாடுகளின் தத்துவத்தை உள்வாங்கி வருவது ஆரோக்கியமான விஷயம். கடந்த காலத்திலும் எதிர் காலத்திலும் வாழ்க்கையை இழக்காமல் இந்த நொடியை முழுதாக வாழும்முறை பற்றியது அது. இது ஒரு திரைப்படத்தில் சாத்தியமானது அதைவிட அபூர்வமானது. உலகின் தலைசிறந்த சுயஅறிவு ஜீவிகள் இந்தப் படத்தைத் தூக்கிப் பிடிப்பது இந்தத் தத்துவ பின்புலத்தினால் தான்.

ஐ.எம்.பி.டி. ரேட்டிங்க் பிரமாதமாக இல்லை. விமர்சனங்களும் சுமார் ரகத்தில்தான் வந்தன. ஆனால் படம் பார்வையாளர்களிடம் வெற்றி பெற்றது. வசூலையும் அள்ளியது. தொடர்ந்து ஆங்கிலப் படங்கள் வரும் தொலைக்காட்சி சேனல்களில் தொடர்ந்து ஒளிபரப்பாகிறது. படத்தில் ஜார்கன்ஸ் (jargons) எனப்படும் துறைசார்ந்த சொற்கள் மற்றும் கனமான உரையாடல்கள் உள்ளன என்ற விமர்சனத்தில்

உண்மை இல்லாமல் இல்லை. இருந்தும் சில கருத்தாக்கங்கள் இப்படிப்பட்ட உண்மைக் கதைகள் மூலம் மக்களை அடைவது நல்ல விஷயம் என்றுதான் தோன்றுகிறது.

கதை என்ன? வாழ்வில் அவசரத்தனமும் போட்டியும் கொண்ட சராசரி அமெரிக்க இளைஞன் அவன். ஒலிம்பிக் கனவில் வாழும் அதெலட். தன் நிலையில்லாத தன்மையால் தூக்கம் கெட்டு விடியற்காலை சாலையில் திரிபவன். அப்படி ஒருநாள் அதிகாலையில் ஒரு முதியவரைச் சந்திக்கிறான். வாகனத்துக்கு எரிபொருள் நிரப்பச் செல்லும் இடத்தில் எந்த விசேஷ குணமும் தெரியாத, இரு கால்களில் இரு அளவு காலணிகள் அணிந்த அவரை முதலில் சாதாரணமாகப் பார்க்கிறான். திரும்பும்போது நொடிப் பொழுதில் கூரையின் மேல் ஏறி நிற்கும் அவரின் வேகம் அவனை பிரமிக்க வைக்கிறது.

மறு நாள் மீண்டும் அங்கு வந்து அவருடன் உரையாடல் நடத்துகிறான். எல்லாம் தெரிந்தவராய், ஒரு துறவியைப் போலப் பேசும் அவரை முதலில் பிடிக்கவில்லை. ஆனால் அவரின் உருவமும் பேச்சும் செயலும் இவனைத் தொடர்ந்து வந்து அலைக்கழிக்கிறது. அவரை சாக்ரடிஸ் என்று கேலியாக அழைக்கப்போய் அவ்வாறே தொடர்ந்து அழைக்கிறான். அவரின் உதவியாளராகத் தோன்றும் ஜப்பானியப் பெண்ணும் மிகுந்த ஞானம் படைத்தவளாகத் தெரிகிறாள்.

சுற்று நடப்பதை உற்றுநோக்கு என்று சாக்ரடிஸ் சொல்லும்போது பார்க்க எதுவுமில்லை என்று சொல்கிறான். பின் அவன் பார்வை கூர்மை யடையத் தன்னைச் சுற்றி நடப்பதை ஒவ்வொன்றாக, தெளிவாக, துல்லியமாக, அமைதியாக நோக்குகிறான். அந்தக் காட்சி அனுபவம் அவனைப் புது மனிதனாக்குகிறது.

மனம் அமைதியாகச் செய்யும் வேலையில் மட்டும் நிலைத்து, வேறு எந்த சிந்தனையும் இல்லாமல் கரையும் அந்த அற்புத அனுபவத்தை உணர்கிறான். தன் சாதனைக்கு இந்த மனநிலைதான் வேண்டும் என்று உணர்ந்துகொள்கிறான். இதை ஒரு உத்தியாக நினைத்துப் பயிற்சி செய்து தன் பயிற்சியாளர் முன் நற்பெயர் பெறுகிறான். இது ஒரு பம்மாத்து வேலை அல்ல, மனப்பயிற்சி என்று முதலில் புரிந்து கொள்ளவில்லை.

பிரிவும் முறிவும்

சாக்ரடீஸுடன் வந்த விவாதத்தில் அவர் தன்னைச் சிறுமைப்படுத்தி விட்டதாக எண்ணி அவரிடமிருந்து விலகித் தன் வழியில் செல்கிறான். மது, மங்கை, கேளிக்கை என்ற சுழற்சியில் அதிவேகமாக இரு சக்கர வாகனத்தை ஓட்டி வரும்போது அந்தக் கோர விபத்து நடக்கிறது.

வலது காலின் தொடைஎலும்பு நொறுங்குகிறது. உலோகத் தகடு பொருத்தப்பட்டு நடப்பதற்கே சில மாதங்கள் பிடிக்கும் என்ற நிலை வருகிறது. இதில் ஒலிம்பிக்ஸ் முதல் கட்டத் தேர்வு என்பதெல்லாம் சாத்தியமில்லாதது என்று சொல்கிறார்கள்.

மனமுடைந்த டானை சாக்ரடீஸின் ஜப்பானிய உதவியாளரான ஜாய் வந்து பார்க்கிறாள். படுக்கையில் தன்னை சாக்ரடிஸ் வந்து பார்த்ததை உணர்கிறான். மீண்டும் அவரைக் காணச் செல்கிறான்.

வேகமும் கோபமும் வன்முறையில் முடியும் என்று அறிகிறான். வெற்றி தோல்வி முக்கியமல்ல என்று உணர்கிறான். செய்யும் அனுபவத்தில் பெறுவதுதான் ஞானம் என்று உணர்கிறான். பயிற்சி என்பது பெருமளவில் மனதில்தான் என்று உணர்கிறான். உடல் வெறும் கருவிதான் என்றும் தெரிந்துகொள்கிறான். சாக்ரடீஸின் வழிமுறைகள் புரிகிறது. எதையும் வார்த்தைகளில் சொல்லிப் புரிய வைக்காமல் செயல்கள் செய்தும் யோசிக்க வைத்தும் புரிய வைக்கும் முறைகள் புரிகின்றன.

பல எதிர்ப்புகள், தடைகள் மீறி இறுதிச் சுற்றுத் தேர்வுக்குச் செல்கிறான். மும்மடங்கு சிறப்பாகச் செய்து தகுதி பெறுகிறான். தேர்வாளர்கள் ஆச்சரியத்தில் திளைக்கிறார்கள். அந்த நிகழ்வுக்கு முன்னே சாக்ரடிஸ் மாயமாய் மறைந்துபோகிறார். ஆனால், இறுதி சுற்றில் அவர் பேசுவதைப்போல இவனுக்குக் கேட்கிறது.

''எங்கு இருக்கிறாய்''

''இங்கு!''

''என்ன நேரம் இப்போது?''

''இப்பொழுது!''

''நீ யார்?''

''இந்தக் கணம்!''

டான் ஜாயை மணம் முடித்து வாழ்க்கையில் நிறைய சாதிக்கிறார். அவர் பலருக்கு மைண்ட்ஃபுல்னெஸ் பயிற்சி கொடுக்கிறார். விக்டர் சல்வாவின் இயக்கத்தில் வந்த இந்தப் படத்தைச் சாதிக்கத் துடிக்கும் அனைத்து இளைஞர்களும் அவசியம் பார்க்க வேண்டும்!

Every day
every second
you make a decision
that can change
your life
A Tom Tykwer Film
run lola run
with FRANKA POTENTE
MORITZ BLEIBTREU
BAVARIA FILM
INTERNATIONAL

28

மூன்று விதமாக ஓடும் காதலி!

ரன் லோலா ரன்

வாழ்க்கையை நிர்ணயிப்பது விதியா நம் தேர்வுகளா? 84 நிமிடங்கள் மட்டுமே ஓடும் 'ரன் லோலா ரன்' படத்தைப் பார்த்து முடிக்கும்போது இதே கேள்வி மீண்டும் வருகிறது.

ரன் லோலா ரன் 1998ல் வெளிவந்த ஜெர்மானியப் படம். டாம் டைக்வர் இயக்கிய இத்திரைப்படம் உலக அளவில் 41 விருதுகளுக்கு அனுப்பப் பட்டு 26 விருதுகளைப் பெற்றுள்ளது.

கதை பெர்லினில் நடக்கிறது. லோலாவின் காதலன் அவசரமாய் அழைக்கிறான். 20 நிமிடத்துக்குள் தனக்கு 1,00,000 மார்க்குகள் (ஜெர்மானிய கரன்ஸி) கொண்டு வந்து தர வேண்டும். இல்லாவிட்டால் முதலாளி தன்னைச் சுட்டுக் கொன்று விடுவார் என்று கதறுகிறான்.

மன்னி லோலாவின் காதலன். சின்னக் கடத்தல்காரன். திட்டப்படி பார்சலைக் கை மாற்றும் பொழுது லோலா வந்து அழைத்துச் சென்றிருக்க வேண்டும். லோலாவின் மொபெட் களவு போனதால் நேரத்துக்கு வர முடியவில்லை. அதனால் ரயிலில் செல்கையில் போலீஸ் சோதனை வருகையில் வண்டியில் பார்சலை வைத்து இறங்கி விட, அதை அருகிலிருந்த வறியவன் ஒருவன் எடுத்துச் செல்கிறான். பார்சல் பறிபோய்விட்டது என்றால் கடத்தல் முதலாளி நம்ப மாட்டான்; கண்டிப்பாகக் கொல்வான்.

''நீ மட்டும் நேரத்துக்கு வந்திருந்தால் எனக்கு இந்த நிலை இருந்திருக்காது. அதனால் என்ன செய்வாயோ தெரியாது, 20

நிமிடத்துக்குள் பணத்துடன் வா. நான் இந்த போன் பூத்தில் காத்திருக்கிறேன். நேரத்துக்கு வராவிட்டால் அருகில் உள்ள கடைக்குள் நுழைந்து துப்பாக்கி காட்டி கல்லாவில் கை வைத்துவிடுவேன். உடனே வா லோலா!'' என்று கெடு வைக்கிறான். லோலா ஓட ஆரம்பிக்கிறாள். 20 நிமிடத்துக்குள் என்ன நடக்கிறது என்பதுதான் படம். மூன்று பகுதிகளாகப் படம் செல்கிறது.

முதல் பகுதியில் ஓட்டமாக ஓடி வங்கி மேலாளரான தன் தந்தையிடம் செல்கிறாள். வழி நெடுக நிறைய சம்பவங்கள். அவள் அப்பாவுக்கு இன்னொரு உறவு இருக்கிறது. அவள் அவரைச் சேர்ந்து வாழ அழைக்கிறாள். அந்த உரையாடலின்போது மகள் உள்ளே நுழைந்ததை அவர் எதிர்பார்க்கவில்லை. அவள் பணம் கேட்கும்போது மறுத்து வெளியே அனுப்புகிறார். 'நீ எனக்குப் பிறந்தவளே இல்லை. நான் உங்களை விட்டுப் பிரிகிறேன்' என்று கிட்டத்தட்ட கழுத்தைப் பிடித்துத் தள்ளுகிறார்.

மனமுடைந்த லோலா போன் பூத் அடைவதற்கு முன் மன்னி கடைக்குள் நுழைந்து துப்பாக்கியைக் காட்டிப் பணம் பறித்து வெளியே வருவதற்குள் போலீஸ் வருகிறது. லோலா தவறுதலாக போலீஸ் குண்டுக்கு இரையாகிறாள். சாகும் தறுவாயில் அவள் காதலனுடன் பேசியதெல்லாம் நினைவுக்கு வர, அவள் சாகத் தயாராக இல்லை.

மீண்டும் முதல் காட்சியிலிருந்து துவங்குகிறது படம். லோலா மன்னியின் போன் கால் முடித்துவிட்டு ஓடுகிறாள். வழி நெடுகிலும் அதே மாந்தர்கள், அதே சவால்கள். இம்முறை சற்று தாமதமாகத் தந்தை அறைக்குள் நுழைய அவர்கள் உரையாடலை முழுமையாகக் கேட்கிறாள். அந்தப் பெண்ணின் கர்ப்பத்துக்குத் தந்தை காரணமில்லை என்றும் தெரிகிறது.

தந்தையுடன் சண்டை போட்டவள், செக்யூரிட்டியின் துப்பாக்கியைப் பிடுங்கி தந்தையைப் பணயக் கைதியாக்கி வங்கியிலிருந்து பணம் எடுத்துச் செல்கிறாள். ஓடிச்சென்று மன்னியிடம் கொடுக்கிறாள். அந்த நேரம் பார்த்து வேகமாக செல்லும் டிரக் ஒன்று மன்னியைச் சாய்த்துச் செல்கிறது. மன்னி இறக்கும் தறுவாயில் அவளை விட்டுப் போக மனமில்லாமல் இருக்கிறான்.

மீண்டும் படம் முதலிருந்து துவங்குகிறது. லோலா இம்முறை நாய்க்கடியிலிருந்து தப்புகிறாள். கார் விபத்து ஏற்படுத்தவில்லை. அனைத்துக் கதை மாந்தர்களின் சவால்களையும் சரியாக மேற்கொள்கிறாள். ஆனால் இவள் போவதற்குள் தந்தை நண்பருடன் காரில் ஏறிப் போகிறார். வேறு வழியில்லாமல் கையில் இருந்த சொற்பப்

பணத்துடன் சூதாட்டத்துக்குச் செல்கிறாள். ஒரே நம்பரில் தொடர்ந்து பணம் கட்டி தொடர்ந்து ஜெயிக்கிறாள். பணத்துடன் பைத்தியமாய் ஓடுகிறாள். அதற்குள் பார்சல் எடுத்தவன் கண்ணில் பட, தவற விட்டதை மீட்டு முதலாளியிடம் சேர்ப்பிக்கிறான் மன்னி. லோலாவைப் பார்த்து ஆசையுடன் கட்டிக்கொண்டு ''பையில் என்ன?'' என்று சொல்லுகையில் படம் முடிகிறது.

ஒரே சவால். ஒரே மனிதர்கள். ஆனால் காலமும் நிகழ்வுகளும் மாறுகின்றன. ஒரு வேளை மொபெட் தொலையாமல் இருந்திருந்தால் மன்னி பார்சலைத் தவறவிட்டிருக்க மாட்டான். இப்படி ஒவ்வொரு பகுதியிலும் ஒவ்வொரு ''ஒரு வேளை..?'' கேள்விகள் உண்டு.

லோலாவின் ஓட்டத்தில் நடந்தவை அனைத்தும் விதியா அல்லது அவள் தீர்வுகளா? ஒரு சிறு தாமதம்கூடக் கதையை மாற்றிவிடுகிறது. காரண காரியங்கள் நம் புரிதல்களுக்கும் அப்பால் நிறைய இருக்கின்றன. ஒரு பட்டாம்பூச்சியின் அசைவுக்கும் பிற கண்டத்தில் ஏற்படும் பருவ மாற்றத்துக்கும் தொடர்பு இருக்கிறது என்றால் நம் வாழ்க்கையில் எத்தனை காரணிகள்?

வாழ்வின் அத்தனை சம்பவங்களுக்கும் இப்படி முன்னே பின்னே காரணங்கள் உள்ளன. ஆனால் மனித மனதின் தேர்வுகள் எல்லா வற்றையும் விட முக்கியமானவை. லோலாவின் ஓட்டம் ஒரு தத்துவ விசாரணையை ஏற்படுத்துகிறது. அது வண்ணமாய், வசீகரமாய், அதிரடிப் படத்துக்கான எல்லா அம்சங்களுடன், வேகமாய்- லோலாவின் ஓட்டம் போல- நமக்குக் காட்சி விருந்தாய் காணக் கிடைக்கிறது.

ஜெர்மானியப் படத்தை ஆங்கில சப் டைட்டில்களுடன் பார்க்கும் அயர்ச்சி சுத்தமாக இல்லை. உங்கள் வாழ்க்கையின் முக்கியத் திருப்பங்களை லோலா யோசிக்க வைக்கிறாள்! இந்தப் படத்தின் திரைக்கதை ஏற்படுத்திய தாக்கம் உலகம் முழுவதும் பல படங்களில் எதிரொலித்தது. தமிழில் ஜீவா இயக்கிய '12 பி', சிம்பு தேவன் இயக்கிய 'ஒரு கன்னியும் மூன்று களவாணிகளும்' ஆகியவற்றைக் கூறலாம்.

CLASSIC JAPANESE
映画
CINEMA
RASHOMON
a film by Akira Kurosawa
THE PLAZA THEATER
TUESDAY, OCTOBER 5, 7:00 P.M. AND SATURDAY OCTOBER 9, 12:00 P.M.
$8 FOR MEMBERS · $10 FOR STUDENTS/SENIORS · $12 GENERAL ADMISSION
(REPEAT SCREENING ACCOMPANIED BY LECTURE "AKIRA KUROSAWA AND POST-WAR JAPANESE CINEMA")
CALGARY
CINEMATHEQUE
PLAZA
CALGARY FOUNDATION
arts

29

உண்மையின் தெளிவற்ற முகம்

ரஷோமான்

"அந்த நாள்" படத்தைச் சிறுவனாகத் தொலைகாட்சியில் பார்த்தபோது கிடைத்த அனுபவம் சொல்லில் அடங்காதது. அலட்டிக் கொள்ளாத சிவாஜியின் நடிப்பை முதன் முறையாய்ப் பார்த்தேன். ஒரு புலன் விசாரணை படத்தை இத்தனை கோணத்திலிருந்து எடுக்க முடியுமா என்று வியந்தேன். அது வீணை வித்வான் எஸ்.பாலச்சந்தரின் படம். யார் கொலையாளி என்று தெரியும்போது அதிர்ச்சியாக இருந்தது. இப்படி ஒப்பற்ற ஒரு படம் பெரும் தோல்விக்கு உள்ளானது என்று அறிந்தபோது ஏமாற்றமாக இருந்தது. தமிழ் ரசிகர்கள் அதற்குத் தயாராக இல்லை என்று தெரிந்தது. புதிய பறவையேகூட வெளிவந்தபோது பெரிய அங்கீகாரம் பெறவில்லை. கதாநாயகன் குற்றம் புரியமாட்டான் என்ற பொதுக் கருத்தால் இந்தப் படங்கள் வீழ்ந்தன. இவை வெற்றி பெற்றிருந்தால் பல புதிய முயற்சிகளில் சிவாஜியின் மேம்பட்ட நடிப்பு வெளிப்பட்டிருக்கும். பாடல் இல்லாமல் வந்த முதல் தமிழ் படம் அந்த நாள். அது அகிரா குரசோவாவின் ரஷோமானின் தாக்கத்தில் வந்தது என்று பின்னாட்களில் அறிந்தேன். ஆனால் ரஷோமான் பார்க்க நீண்ட காலம் பிடித்தது.

அகிரா குரசோவாவை ஆராதிக்காத எந்த உலக சினிமா ரசிகனும் விமர்சகனும் இல்லை. 1950ல் வெளிவந்த இந்தப் படம் ஜப்பானிய திரைப்பட மொழியையும் கலாசாரத்தையும் மேலை நாடுகளுக்கு அறிமுகம் செய்தது. சிறந்த வெளி நாட்டுப் படத்துக்கான ஆஸ்கார் விருதையும், வெனிஸ் பட விழாவில் தங்கச்சிங்கம் விருதையும்

பெற்றது.

இந்தப் படத்தின் கதை சொல்லும் உத்தியைப் பின்பற்றி எடுத்த படங்கள் பல உள்ளன. தமிழில் கடைசியாக விருமாண்டியைச் சொல்லலாம்.

ரஷோமான் என்று பெயரிடப்பட்டிருக்கும் அந்த பாழடைந்த மரக் கட்டடத்தில் நடக்கிறது கதை. ஒரு துறவி, ஒரு மரம் வெட்டி மற்றும் ஒரு வந்தவன் என மூன்று பேர் ஒரு கொலையைப் பற்றிப் பேசுகிறார்கள். காட்டில் நடந்திருக்கும் கொலையில் மூன்று விதமான வாக்குமூலங்கள் வருகின்றன. கொலை செய்யப்பட்டவன், உடன் இருந்த அவன் மனைவி, கொலை செய்ததாகச் சந்தேகப்படும் திருடன் இவர்கள்தான் கதை மாந்தர்கள். எப்படிக் கொல்லப்பட்டான்? யார் கொன்றார்கள்? என்ன நோக்கம்? ஒவ்வொருவர் பார்வையிலும் ஒவ்வொரு கதை.

திருடன் பெண்ணாசையில் கணவனைச் சூழ்ச்சி செய்து கட்டி வைத்து விட்டு அவளை அடைந்ததாகச் சொல்கிறான். தான் இருவருக்கு மனைவியாக இருக்க முடியாது என்று சொல்லி இருவரில் ஒருவர் சாக வேண்டும் என்று அந்தப் பெண் சொன்னதால் இருவரும் கத்தி சண்டை இட்டோம். அதில் அவள் கணவனைக் கொன்றேன் என்கிறான் அவன்.

அந்தப் பெண் தரும் வாக்குமூலம் வேறு மாதிரி உள்ளது. திருடன் தன்னைப் பலவந்தமாக அடைந்த இடத்திலிருந்து அவள் கதை துவங்குகிறது. கணவனின் பார்வையைத் தாங்க முடியாதவள், ''அப்படிப் பார்க்காதீர்கள். அதற்கு பதில் என்னை இந்தக் கத்தியால் கொன்றுவிடுங்கள்'' என்று மன்றாடி மயங்கி விழுகிறாள். நினைவு திரும்புகையில் அவன் தற்கொலை செய்து கொண்டது தெரிகிறது. இந்த அபலைக்கு இனி என்ன வழி என்று புலம்புகிறாள்.

செத்தவன் ஆவியிடம் குறி கேட்கவே கதை வேறு மாதிரி செல்கிறது. தன்னைக் கெடுத்தவனிடம் 'என்னை எங்காவது அழைத்துப் போ' என்று சொல்கிறாள் மனைவி. அதற்கு முன் என் கணவனைக் கொன்று விட்டு வா என்று சொல்ல, திருடனே திடுக்கிட்டு, ''இவளைக் கொல்லவா?'' என்று கேட்கிறான். அவள் தப்பியோட, அவமானத் தால் தான் தற்கொலை செய்து கொண்டதாகச்சொல்கிறான்.

விறகு வெட்டியின் கதை இப்படிப் போகிறது. அவளை அடைந்த பிறகு திருடன் அந்தப் பெண்ணிடம் தன்னை கல்யாணம் செய்து கொள்ளக் கேட்கிறான். அவள் தன் கணவனின் கட்டுக்களைப் பிரித்து திருடனுடன் சண்டையிடச் சொல்கிறாள். அதற்கு அவள் கணவன், ''இந்தப் பெண்ணுக்காக நான் சண்டை போடப் போவதில்லை. நீயே அழைத்துப் போ'' என்று சொல்கிறான். ''அவனை கொன்னுட்டு என்னை சாகச் சொல். அப்போதுதான் நீ சரியான ஆம்பிளை'' என்று

மனைவி சொல்ல, இருவரும் சண்டை போடுகிறார்கள். கணவன் கீழே விழ திருடன் வாள் எறிய, மனைவி தப்ப, ரத்தம் தோய்ந்த பெரிய வாளுடன் திருடன் திரும்பி வருவதைப் பார்த்ததாகச் சொல்ல அந்தக் கதையும் முடிகிறது.

''இதையும் முழுசா நம்ப முடியலை'' என்று சொன்னவுடன், ''இப்படி ஒருவர் ஒருவர் நம்பாவிட்டால் பூமியே நரகமாகும்'' என்று மட்டும் சொல்கிறார். துறவியிடம் உள்ள குழந்தையை விறகு வெட்டி தான் வளர்ப்பதாக வாங்கிக்கொள்ளும்போது, ''உங்களைப் பார்க்கும்போது மனுஷங்களை இன்னமும் நம்பலாம்னு தோணுது!'' என்று சொல்கிறார்.

''எப்படி இறந்தான் கணவன்?'' என்ற கேள்விக்கு பதில் சொல்லாமல் முடிகிறது படம்.

ஒவ்வொரு Point of View ம் ஒவ்வொரு கதை. அப்போது ஒவ்வொரு கதையிலும் பல கதைகள் உள்ளன அல்லவா? இதில் எது நிஜக்கதை? எத்தனை கதைகளில் நிஜத்தை ஊர்ஜிதப்படுத்த முடியும்? சாட்சியங்கள், தடயங்கள், வாக்குமூலங்கள் என கிடைப்பதைக் கொண்டு கட்டமைக்கப் படும் வழக்குகளில் உண்மை முழுமையாக வெளிப்படுகிறதா? நடந்த கதையைப் பின்னோக்கிப் பார்த்தால் நியாயம் கிட்டுமா? இப்படிப் பல கேள்விகளை முன் வைக்கிறது இந்தப் படம்.

அகிரா குரசோவாவின் மேதமை பற்றி தனிக் கட்டுரையே எழுதலாம். ஒவ்வொரு கதை சொல்லலுக்கும் தனித்தனியான பாணி, வேகம், சொல்லாடல், உடல் மொழி என அமர்க்களப்படுத்தியிருப்பார் அகிரா.

உளவியலில் subjective reality என்று ஒன்று சொல்வார்கள். தான் காணும் தனி உலகம் அது. தனக்கான நியாயம் அதில் இருக்கும். அவரவர் கதையில் அவரவர் நியாயம் இருக்கும். இதில் இருவருக்கு மான பொது நியாயம் கற்பிக்க நினைக்கும்போதுதான் எவர் சொல்வதில் எவ்வளவு எடுத்துக் கொள்வது என்ற குழப்பம் வருகிறது.

திருமணச் சிக்கல் என என்னிடம் ஆலோசனைக்கு வரும் போதெல்லாம் இது நடக்கும். ''பெண் தங்கம் சார். அந்த பையன்தான் சீரழிச்சிட்டான்'' என்று ஒருபுறமும் ''பையன் வெகுளி டாக்டர். அந்த பெண்தான் அவனை இப்படிப் பண்ணிட்டா'' என்று இன்னொரு தரப்பும் சொல்வதுண்டு. ஒரே நிகழ்வை இரு கதைகளாகக் கேட்கும் வாய்ப்பு எனக்கு ஏற்படும். அப்போ தெல்லாம் எனக்கு ரஷோமான் படம் நினைவுக்கு வரும்.

ரஷோமான் படம் வெளியானபோது முதலில் அந்தக் குழப்பத்தை ரசிகர்கள் உணர்ந்தார்கள். தீர்மானமான உண்மைகளைப் பார்த்துப் பழக்கப்பட்ட மக்களுக்கு உண்மை பற்றிய தேடலில் ஏற்படும் தெளிவற்ற தன்மையை உணரச்செய்கிறார் அகிலா.

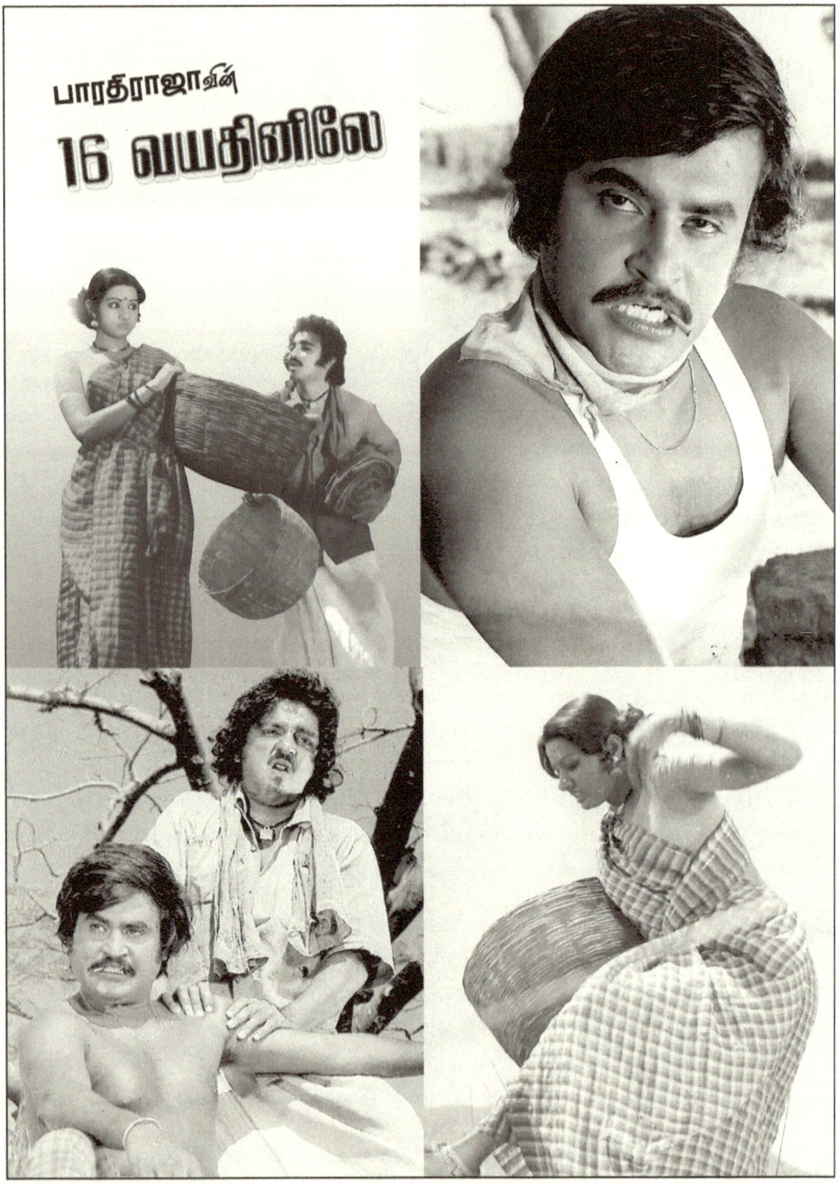
பாரதிராஜாவின்
16 வயதினிலே

30

அடம்பிடிக்கும் மயிலு!

பதினாறு வயதினிலே

தமிழில் புது வெள்ளம் பாய மடை திறந்த படம் பதினாறு வயதினிலே. நிஜமான கிராமத்தைக் காட்சிப்படுத்திய முதல் தமிழ் இயக்குநர் பாரதிராஜா. வெளிப்புறப் படப்பிடிப்பு என்றால் செலவு அதிகம் என்று யோசித்தார்கள். அதனால் கிராமக் காட்சி என்றால் அரங்கு அமைத்து அரிதாரம் பூசிய நடிகர்கள் செயற்கையாக இழுத்து இழுத்துப் பேசுவார்கள்.

சில சமயங்களில் நகர நாயகனின் வண்டி கிராமத்துச் சாலையில் நின்றால் நாயகியின் குடத்திலிருந்து தண்ணீர் வாங்கி வண்டிக்கு ஊற்றுவார். அல்லது சூட் கோட்டு அணிந்து வயல்காட்டில் ஓடி டூயட் பாடுவார். இந்தப் போக்கு எழுபதுகளின் கடைசியில்தான் வழக்கொழிந்தது. வண்ணத்தில் படங்கள் வர ஆரம்பித்தது ஒரு காரணம் என்றால் பதினாறு வயதினிலே படத்தின் வெற்றி மற்றொரு மகத்தான காரணம்.

கன்னட இயக்குநர் புட்டண்ணா கனகலிடம் சினிமா படித்தவர். தாகம் படத்தின் உதவி இயக்குநர். மயில் என்ற கலைப் படத்தைத் தயாரிக்கத் தேசியத் திரைப்பட வளர்ச்சிக் கழகத்தை அணுகியவர். நடிகர்களை விடக் கதாபாத்திரங்களை நம்பியவர். இப்படி அவரைப் பற்றிய ஆரம்பகாலச் செய்திகள் அவர் தமிழின் மிகப் பெரிய வர்த்தக இயக்குநராக வருவார் என்ற நம்பிக்கையை ஏற்படுத்தவில்லை.

கமல், ஸ்ரீதேவி, ரஜினி, காந்திமதி என்றில்லாமல் சப்பாணி, மயில், பரட்டை, குருவம்மா என்று டைட்டில் போட்டதும், ''ஒரு காட்டான் குரல்ல காட்சியின் பின்புலத்தில் ஒலிக்கும் பாடல் வேணும்'' என்று

இளையராஜாவை ''சோளம் விதைக்கையிலே...!'' பாட வைத்ததும், இளையராஜாவின் நண்பர் எஸ்.பி.பி.யைத் தவிர்த்துவிட்டு மலேசியா வாசுதேவனை அறிமுகப்படுத்தியதும், ஓடும் நதியை, வயல், வரப்பு வெளிகளைக் கதாபாத்திரங்கள் ஆக்கியதும் என எல்லாம் ஒரு திரைக் காவியத்தைச் செதுக்கக் காரணமாக அமைந்த முக்கிய முடிவுகள்.

காதல் இளவரசன் என்று அறியப்பட்டிருந்த கமல் ஹாசன் கோவணத்துடன் நடித்தார். படம் முழுதும் வெற்றிலைச் சாறு ஒழுகும் வாயுடன், சாய்ந்த நடையுடன் 'சப்பாணி' என்ற அப்பாவி இளைஞனாக வாழ்ந்தார். பரட்டை ரஜினியின் பக்கவாத்தியம் கூத்து கவுண்டமணி. குருவம்மா காந்திமதியின் உடல் மொழியும் குரல் வீச்சும் தெருச்சண்டையை அச்சு அசலாய்த் திரையில் நிலை நிறுத்தியது. யார்தான் நிஜமில்லை படத்தில்?

படத்தின் தொழில்நுட்பக் குழுவில் இடம்பெற்ற நிவாஸ், இளைய ராஜா, கங்கை அமரன், கலைமணி, பாலகுரு, பாக்யராஜ் ஆகியோர் அதன்பிறகு அசைக்க முடியாத பங்களிப்பைச் செய்துவந்தார்கள். ஸ்ரீதேவி கனவுக் கன்னியானார். கமலும் ரஜினியும் இரட்டையர்களின் ராஜபாட்டையை எம்.ஜி.ஆர். - சிவாஜிக்குப் பிறகு புதுப்பித்தார்கள்.

மயிலின் கதை எளிமையானது. 16 வயதுப் பருவ மங்கை. கோட் சூட் அணிந்து கிராமத்துக்கு வரும் பட்டணத்து மாப்பிள்ளைக்காகக் காத்திருக்கிறாள். அதனால் வீட்டில் வளைய வந்து அன்பு செலுத்தும் சப்பாணியை வெறுக்கிறாள். வருகிறார் கால்நடை மருத்துவர். அவரது கவனம் அவளின் 16 வயது பருவத்தின் மேல் மையம் கொள்கிறது.

அவருக்காக மேல் படிப்பைத் துறக்கும் மயிலு, நிஜம் அறிகையில் உடைந்து போகிறாள். தாயின் மறைவும், ஊராரின் வசவுகளும் மயிலை சப்பாணி மேல் அன்பு கொள்ள வைக்கின்றன. கடைசியில் அவனிடமே தன்னை ஒப்படைக்க நினைக்கிறாள். துரதிர்ஷ்டவசமாக அன்று மயிலுவை வன்புணர்வு செய்ய முயலும் பரட்டையைக் கொல்லும் சப்பாணி ஜெயிலுக்குச் செல்ல நேர்கிறது. அவன் திரும்பி வருவான் என ரயிலடியில் காத்திருக்கிறாள் மயிலு.

திருவிளையாடலின் திரைக்கதை ஒலிச் சித்திரமாக ஊர்தோறும் ஒலித்ததுபோல இந்தப் படமும் ஒலித்தது. வீட்டிலும் வயலிலும் இதைக் கேட்டபடி வேலை செய்யும் மக்கள், ஒலிச்சித்திரத்துக்கு ஏற்பப் பார்த்த காட்சிகளை மனத் திரையில் ஓட்டிப்பார்த்து மகிழ்ந்து, நெகிழ்ந்து, அதிர்ந்துபோவார்கள்.

காரணம். இந்தக் கதை மண்ணின் மனிதர்களைப் பிரதிபலித்தது.

வலிமையான மண்ணின் இயக்குநராக பாரதிராஜாவை உருவெடுக்க வைத்தது. மயிலும் சப்பாணியும் ரசிகர்களின் மனத்திரையை விட்டு என்றுமே வெளியேற மறுக்கும் கதாபாத்திரங்கள் ஆகிவிட்டார்கள்.

பாரதிராஜாவின் எல்லாத் தெற்கத்தி கிராமக் கதைகளிலும் அன்பும் வன்முறையும் சமமாகக் கலந்திருக்கும். எல்லாக் கதைகளிலும் ஒரு வெளி ஆள் நுழைவுதான் அந்தக் கிராமத்தின் போக்கை மாற்றி அமைக்கும். மானத்தைக் காக்க உயிரை எடுக்கும் உச்சக் காட்சியில் காதலர்கள் விடுதலை நோக்கிப் போவார்கள். இந்த ஃபார்முலாவின் முதல் பதிப்புதான் 16 வயதினிலே.

தேர்ந்துகொள்ளும் கதையைப் போலவே அதைக் காட்சிப்படுத்தலில் பின்பற்றும் அழகியல் இவரைக் கவனிக்க வைத்தது. கிராமத்துச் சடங்குகளை முதலில் சரியாகக் காட்டிய படம். கனவும் சிலிர்ப்புமான இளம் பிராயத்தின் உணர்வுகளை அவ்வளவு நுணுக்கமாக அதற்கு முன் யாரும் காட்டியிருக்க வில்லை. மரங்களையும் வயல்களையும் ஆற்று நீரையும் துணைக்கு அழைத்து இவர் காட்டிய திரை வித்தைகள் சொல்லி மாளாது.

இசையும் காட்சியும் கொள்ளும் இசைவுத் தன்மையை முதன்முதலில் நான் அனுபவித்தது இந்தப் படத்தில்தான். இசை, காட்சிக்கு ஜீவன் சேர்த்ததா அல்லது காட்சி, இசையை உணரச் செய்ததா என்று பட்டிமன்றமே நடத்தலாம்.

தமிழ் கிராமங்கள் எப்படி இருந்தன என வருங்காலத்தில் ஆய்வு செய்யப்படுமேயானால் பாரதிராஜாவின் பெரும்பாலான படங்கள் தான் ஆவணப் படங்களாக நின்று உதவும்.

Seven Names, Seven Strangers, One Secret
Will Smith Seven Pounds
December 19
Directed by: Gabriele Muccino Produced by: Todd Black Jason blumenthal, James Lassiter, Will Smith, Steven Tisch Written by: Grant Nieporte. Studios: Relativity Media Overbrook Entertainment, Escape Artist. Disterbuted by Columbia Pictures

31

பின்தொடரும் குற்றவுணர்ச்சியின் நிழல்

செவன் பவுண்ட்ஸ்

நடிகருக்கும் இயக்குநருமான உறவு தாம்பத்திய உறவைப் போன்றது தான். ஒரு நடிகருக்கு நல்ல பாத்திரம் எவ்வளவு முக்கியமோ அவ்வளவு முக்கியம் அந்த நடிகரைக் கதாபாத்திரமாக மாற்ற இயக்குநர் செய்யும் முயற்சிகள். செவன் பவுண்ட்ஸ் திரைப்படத்தைப் பார்த்தவுடன் இது எனக்குத் தோன்றிய எண்ணம்.

'பர்சூட் ஆஃப் ஹேப்பினஸ்' வில் ஸ்மித்தின் ஜீவன் மிக்க நடிப்பைக் கொண்டு வந்த படம். கேப்ரியல் மக்கினோ என்ற இயக்குநரின் பெயர் முதல் சில முறைகள் அந்தப் படத்தைப் பார்த்தபோதுகூட மனதில் பதியவில்லை. பிறகுதான் இவரைப் பற்றித் தெரிந்துகொண்டேன், இவர் வில் ஸ்மித்தால் ஹாலிவுட்டுக்கு அழைத்து வரப்பட்ட இத்தாலிய இயக்குநர் என்று. ஆங்கிலம் சுத்தமாகத் தெரியாதவர் முதலில் தயங்கியிருக்கிறார். பின் வில் ஸ்மித் மேலுள்ள நம்பிக்கையில் சரி என்று சொல்லியிருக்கிறார். பர்சூட் ஆஃப் ஹேப்பினஸ் போலவே இந்தப் படத்திலும் வில் ஸ்மித் பல தயாரிப்பாளர்களில் ஒருவரும்கூட. இவ்விரு படங்களையும் பார்த்தபோது இவர்களின் உறவின் தரம் எளிதில் விளங்குகிறது.

இந்தப் படத்தின் கதை மிகவும் எளிமையானதுதான். சற்று நாடகத் தனமாகக்கூடத் தோன்றலாம். ஆனால் அதைப் படமாக்கிய விதமும் நல்ல நடிப்பும் இதைச் சிறந்த படமாக மாற்றுகிறது. தவிர, கதைக்கரு தனிப்பட்ட முறையில் எனக்கு மிகவும் முக்கியமாகப்பட்டது.

புரட்டிப் போட்ட விபத்து

காதலியுடன் உல்லாசமாக காரில் செல்கையில், வேலை விஷயமாகக் கைபேசியில் அவசரமாகக் குறுந்தகவல் அனுப்ப முயற்சி செய்கையில் அந்த விபத்து நடக்கிறது. பல கார்கள் மோதிய விபத்தில் காதலி உட்பட ஏழு பேரின் மரணத்துக்குக் காரணமாகிறான் டிம். குற்ற உணர்ச்சியால் தீவிர மன உளைச்சலுக்கு ஆளான டிம், இரு வருடங்களில் ஒரு முக்கிய முடிவை எடுக்கிறான். ஏழு பேரின் வாழ்க்கைக்கு உதவ வேண்டும் என்பது அது. தன் உறுப்புகளை ஒவ்வொன்றாகத் தானம் செய்ய நினைக்கிறான்.

தான் உதவும் அனைவரும் நல்லவர்களா, கருணை உள்ளம் படைத்த வர்களா, நிஜமாகவே வசதிக் குறைவானவர்களா என்றெல்லாம் துப்பறிந்து ஒவ்வொரு ஆளாய்த் தேர்வு செய்கிறான். நுரையீரல் பாதிக்கப் பட்ட தன் தம்பிக்கு ஒரு நுரையீரல் அளிக்கிறான். அவனின் அரசுத் துறை அடையாள அட்டையை எடுத்து ஆள் மாறாட்டம் செய்துதான் ஆட்களைத் தேர்வு செய்யும் துப்பறியும் வேலையைச் செய்கிறான்.

பார்வையற்ற இசைக் கலைஞன் ஒருவனைத் தேர்வு செய்கிறான் கண் தானத்துக்கு. ஒரு நடுத்தர வயதுப் பெண்மணிக்குத் தன் குடலைத் தானம் செய்கிறான். காதலனால் வன்முறைக்கு ஆளாகிக்கொண்டி ருக்கும் ஒரு பெண்மணிக்கும் அவள் குழந்தைகளுக்கும் தன் வீட்டை எழுதி வைத்துவிட்டு ஓட்டல் அறைக்கு மாறுகிறான். எலும்பு நோயுள்ள ஒரு சிறுவனையும் தேர்வு செய்கிறான்.

இடையில் இதய நோய் பாதிப்பில் உள்ள எமிலி என்ற ஓர் இளம் பெண்ணைச் சந்திக்கிறான். அவளுடைய ரத்த வகையும் எளிதில் கிடைக்காதது. சில வாரங்களில் இறக்கும் அவளுக்கு உதவப்போக, இருவரும் நெருக்கமாகிறார்கள். தன் காதலி நினைவில் உயிர் வாழும் டிம்முக்கு எமிலியின் அன்பை ஏற்க முடியவில்லை. எனினும் இறக்கும் தறுவாயில் உள்ளவள் என்ற கருணை மெல்ல அன்பாக மாறுவதையும் கவனிக்கத் தவறவில்லை. அவள் தரும் தனி விருந்தில் அவளுடன் காதல் செய்கிறான். அந்த நேரத்தில் டிம்மின் தம்பி, அண்ணனின் முரணான நடவடிக்கைகளைக் கண்டு சந்தேகப்பட்டு அவன் காரையும் அடையாள அட்டையையும் மீட்டுப் போகிறான்.

எமிலி படுக்கையை விட்டு எழுவதற்குள், ஆஸ்பத்திரிக்கு ஓடி அவள் டாக்டரைச் சந்தித்து அவள் பிழைக்க வாய்ப்புள்ளதா என்று பதற்றமாகக் கேட்கிறான். இல்லை என்று தீர்மானமாகத் தெரிந்ததும் தன் இறுதிப் பணியை நிறைவேற்றுகிறான். அவன் உயிலின்படி அவன் இதயம் எமிலிக்குப் பொருத்தப்படுகிறது. அவள் பிழைக்கிறாள்.

டிம்மின் உயில் கடிதங்கள் மூலம் அவன் உதவிய ஏழு பேர் பற்றி அறிகிறாள். மனம் உடைந்துபோகிறாள்.

டிம்மால் பார்வை பெற்ற எர்சா குழந்தைகளுடன் இசை நிகழ்ச்சி நடக்கையில் அவனைச் சென்று சந்திக்கிறாள் எமிலி. டிம்மின் கண்களை எர்சாவிடம் கண்டு கலங்குகிறாள். அவள் அழுகையைக் கண்டவுடன், ''நீ எமிலியாகத்தான் இருக்க வேண்டும்!'' என்று சொல்ல டிம்மின் நினைவில், நன்றியுணர்வில் இருவரும் அணைத்துக் கொள்கிறார்கள்.

குற்றவுணர்ச்சிக்குப் பிறகு

குற்றவுணர்ச்சி தரும் பாரம் அசாத்தியமானது. சுய மதிப்பை, உறவு களை, வேலையை, சமூகப் பொறுப்புகளை என எல்லாவற்றையும் களவாடிவிடும். தனக்கு இழைத்துக்கொள்ளும் தண்டனையாய்த் தன் முக்கிய உறவுகளையும் தண்டிக்கும். எந்தத் தர்க்க விதிகளுக்கும் சிக்காத சிந்தனைகளைக் கொடுக்கும்.

தப்ப முடியாத குற்றவுணர்ச்சிகளால் பாதிக்கப்படுகையில் அதிலிருந்து மீளுதல் மாபெரும் சாதனை. அதற்கும் அடுத்த கட்டமாக அதற்குப் பிராயச்சித்தமாக ஒரு நற்காரியத்தின் தன் சக்திகளையும் நேரத்தையும் நினைவுகளையும் குவிப்பது மிகச் சிறந்த சுய சிகிச்சை.

செய்கின்ற தவறுகளுக்கு நியாயம் கற்பித்தும், பிறர் மீது பழி சுமத்தியும், தன் சுயத்தைக் காப்பாற்றிக்கொள்ள எதையும் செய்யலாம் என்று பெரும்பாலானோர் நினைக்கும் இந்தக் காலகட்டத்தில் தன் தவறுக்கு வருந்தி அதன் மூலம் பிறர் வாழ்க்கையை மாற்றிய நாயகனின் தியாகம் போற்றத்தக்கது.

டைனமைட் வெடி மருந்தைக் கண்டுபிடித்த ஆல்ஃப்ரெட் நோபல் அதனால் நிகழக்கூடிய அழிவை எண்ணிக் குற்றவுணர்வு கொண்டார். அதிலிருந்து மீளத்தான் மனித குலத்துக்குச் சிறப்பு சேர்க்கும் பணிகளுக்கு நோபல் பரிசை நிறுவினார். குற்றத்தின் பாதிப்பு எதிராளிக்குப் பல நேரங்களில் ஒரு முறைதான். குற்றம் இழைத்தவனின் குற்றவுணர்ச்சி சம்பந்தப்பட்டவருக்கு வாழ்நாள் முழுதும்கூட நீடிக்கலாம். ஆனால் இந்த உணர்வை ஏற்று, அதிலிருந்து மீண்டு, பின்னர் இயல்பு நிலையில் பிறர் துயர் நீக்கப் பணி புரிதல் என்பது ஒரு அரிய செயல். இந்தப் படக் கதாநாயகன்போலத் தன்னை அழித்துக்கூடச் செய்யத் தேவையில்லை. நாம் வாழ்ந்து அதைச் செய்யலாம்.

தன் சுயத்தால் ஒப்புக்கொள்ள முடியாத மன நிலையை மாற்றி அந்த எதிர்மறை சக்தியை, சமூகம் ஒப்புக்கொள்ளும் நேர்மறை சக்தியாக மாற்றுவதை உளவியலில் Sublimation என்பார்கள். அதுதான் மனிதத் துயருக்கான மாமருந்து எனவும் சொல்லலாம். தன் துயரிலும் பிறர் நலம் காண வாழ்வதுதான் தெய்விகம். அந்த ஒரு தெய்விக அனுபவம் இந்தப் படைப்பைக் காண்கையில் ஏற்படுகிறது.

www.ingramcontent.com/pod-product-compliance
Lightning Source LLC
LaVergne TN
LVHW040753051026
849519LV00007BA/2535
* 9 7 8 9 3 8 4 1 4 9 6 1 1 *